வின்சென்ட் வேன்ஹாவைக் கொன்றவனை எனக்கும் தெரியாது

(சிறுகதைகள்/ கதைகள்/ மீகதைகள்)

சிவசங்கர்.எஸ்.ஜே

எதிர்
வெளியீடு

வின்செண்ட் வேன்ஹாவைக் கொன்றவனை எனக்கும் தெரியாது
(சிறுகதைகள்/ கதைகள்/ மீகதைகள்)
சிவசங்கர்.எஸ்.ஜே

முதல் பதிப்பு: ஜூலை 2024

எதிர் வெளியீடு
96, நியூ ஸ்கீம் ரோடு, பொள்ளாச்சி - 642 002
தொலைபேசி: 04259 226012, 99425 11302

விலை: ரூ.200

VinCent VaNgovai KoNdRavanai EnaKkum TheRiyathu
Sivasankar.S.J

Copyright © Sivasankar.S.J

First Edition: July 2024

Published by
Ethir Veliyeedu, 96, New Scheme Road, Pollachi - 2
Email: ethirveliyedu@gmail.com
www.ethirveliyeedu.com

ISBN: 978-81-19576-35-7
Cover Design: Lark Bhaskaran
Printed at Jothy Enterprises, Chennai.

All rights reserved. No part of this book may be reprinted or reproduced or utilised in any form or by any electronic, mechanical or other means, now known or hereafter invented, including Photocopying and recording, or in any information storage or retrieval system, without permission in writing from the Publisher.

சிவசங்கர்.எஸ்.ஜே.(பி.1976)

எழுத்து; காட்சி ஊடகம்; படைப்பிலக்கிய, சமூக, கோட்பாட்டு ஆய்வுகள், மொழிபெயர்ப்பு எனப் பன்முகத்தளங்களில் தொடர்ச்சியாக இயங்கிவருபவர். ஐந்து குறும்படங்கள், இரு ஆவணப்படங்கள் இவரது உருவாக்கத்தில் வெளிவந்துள்ளன. குமரி மாவட்டம் தக்கலையைச் சேர்ந்தவர்.

நூல் ஆக்கங்கள்:

கடந்தை கூடும் கேயாஸ் தியரியும் சிறுகதைகள் (என்.சி.பி.ஹெச் 2012)
சர்ப்பம் அவளை வஞ்சிக்கவில்லை சிறுகதைகள் (காலச்சுவடு –2017)
யா–ஒ (மறைக்கப்பட்ட மார்க்கம்) மறைபுனைவு (வெற்றிமொழி –2019)
{முதல் பதிப்பு}
இது கறுப்பர்களின் காலம் மொழிபெயர்ப்புக் கவிதைகள் (நீலம் –2021)
அம்பேத்கர் கடிதங்கள் மொழிபெயர்ப்பு (காலச்சுவடு–2022)
பிக்காஸோ ஓர் எருதை வரைகிறார் மொழிபெயர்ப்புக் கவிதைகள் (எதிர் வெளியீடு –2022)
யா–ஒ (மறைக்கப்பட்ட மார்க்கம்) மறைபுனைவு (யாவரும் –2022)
யா–ஒ–2 மறைபுனைவு (யாவரும் –2022)
நானே நிலம் நிலமே நான் மொழிபெயர்ப்புக் கவிதைகள் (நீலம்–2022)
நீலகேசி – ஆய்வுப் புனைவு (நீலம்–2023)
ரோஸ் கலர் ஆனை – சிறுகதைத் தொகுப்பு (காலச்சுவடு–2023)

அப்பா வெள் உவன்
அண்ணாச்சி வண்ணதாசன்
இருவருக்கும் ஒருபாடு அன்போடு

மறையாத கதைசொல்லிகள் — 06

சிறுகதைகள்

கோடுகள் — 11
அதோ... சைபீரிய நாரை — 23
யட்சனும் நானும் — 32
தானட்டோஸ் — 40
லாமா சபத்ஹனி — 49

கதைகள்

ஒயின் — 59
நேற்று சுடப்பட்டவன் உனது மகன் — 66
ஜோஸ் மாமா — 76
ராதா – ராஜா — 81
நம்மாட்டி — 88

மீகதைகள்

வின்சென்ட் வேன்ஹாவைக் கொன்றவனை எனக்கும் தெரியாது — 97
ஒரு கை ஒரு இறக்கை — 104
மொஸார்டைக் கொன்றவனின் வாக்குமூலம் — 109
ஆடி — 113
வாரத்தில் ஏழு நாள்கள் கடற்கரைக்குச் செல்பவன் — 121

மறையாத கதைசொல்லிகள்

இந்த வருடம் முழுக்க தொடர்ச்சியாக எழுதிக் கொண்டிருந்ததின் ஒரு பகுதியாகக் கதைகளோடு ஒரு நீண்ட உரையாடல் நிகழ்ந்தது. நிகழ்த்துக் கலையாக இருந்த ஒரு வடிவம் எழுத்துக் கலைக்குள் நுழைந்தபோதும் பழைய கதைசொல்லிகள் மறைந்துவிடவில்லை. இலக்கணக் கச்சிதத்தின் சிறுகதைகளுக்குள்ளும், நவீன, பின் நவீன உத்தி சார்ந்த கதைகளுக்குள்ளும் அவர்கள் அவ்வப்போது தோன்றிக் கொண்டேயிருக்கிறார்கள். கதைசொல்லிகள் சொல்வது உண்மையில் என்ன கதைகளா? சரிதைகளா? சாதனையாளர்களின் கதைகள் சரிதைகளாகின்றன. சாமானியர்களின் சரிதைகள் கதைகளாகின்றன என்பார்கள். சரிதைகளான கதைகளிலும் அகசரிதை/புறசரிதை என இருவகைகள் உரையாடலில் மேலெழுந்து வந்தன. புளியமரத்தின் கதை போல புறசரிதைகளும், ஜே ஜே சில குறிப்புகள் போல அகசரிதைகளும் பித்தனின் ஒரு நாள் கழிந்தது போல நேரடி சரிதைகளும்; சிற்பியின் நகரம், கபாடபுரம் போல இன்னும் வாசித்தறிந்த கேட்டறிந்த கற்பனைக் கதைகள் என ஏராளம் வகையினங்கள். இவற்றையெல்லாம் மூன்று பெரும் பிரிவுக்குள் அடைத்துவிடலாம் என வசதிப்படுத்திக் கொண்டேன். நேரடியான வாழ்வைச் சொல்லும் மிகையற்ற யதார்த்தத்தை கதைகள் என்றும், ஒரு இருப்பில் வாசித்துவிடும், சிறு காலத்தை, சிறு சிக்கலை, சிறு உணர்வைக் கடத்திவிடும் இலக்கணத்தைக் கொண்டவற்றைச் சிறுகதைகள் என்றும், இவற்றைக் கடந்த கற்பனையான கதைகளையும், புலன்களுக்கு அப்பாற்பட்டவற்றையும் மீகதைகள் அல்லது நுண் கதைகள் என்றும் பெயரிட்டுக்கொண்டேன். இந்தப் பெரும் பிரிவுகளுக்கு இடையே இன்னும் ஏராளம் வகையினங்கள் இருப்பதை இந்த உரையாடலினூடே கண்டுகொண்டேன். எல்லாவற்றிலும் கதைசொல்லிகள் உடன் இருந்தார்கள். திட்டப்படி மூன்று

தொகுப்புகளாக வரவேண்டியவை இவை. ஒரே தொகுப்பாக வாசிக்கையில் ஒருவேளை கலவையான அனுபவத்தைத் தரலாம்.

இந்த வருடத்தில் நானும் என் கதைசொல்லிகளுமாய் இந்த வடிவங்களையெல்லாம் சோதித்துக்கொண்டோம். அவற்றில் சில, முயற்சிகளாக மட்டும் நின்றாலும் இந்தப் பயணத்தில் முக்கிய இடம் அவற்றிற்கும் உண்டு.

நீள் வாக்கியங்களைப் புள்ளிகளால் முறிப்பது. கலைஞர்களின் அதீத பிறழ்வுகளுக்குள் சென்று திரும்பியது. யதார்த்தத்தின் மேலோட்டங்களுக்குள் ஊடுருவாமல் மேலோட்டமாகவே நின்றது என ஒவ்வொரு புனைவும் ஒவ்வொரு வகை பரிட்ச்சார்த்தமாகிப்போனது.

இது எனது நான்காவது கதைத் தொகுப்பு, இருந்தும் அறிமுகமற்ற ஒரு பிரதேசத்துக்குள் நுழையும் அச்சமும் திகிலும் இவற்றை எழுதுகையில் என்னை ஆட்கொண்டன. அதுவே என்னை புதிதாயும் பொறுப்போடும் வைத்திருக்கிறதா என்பதை விளங்கிக்கொள்ள முடியவில்லை. பெரும்பாலான கதைகளின் கதைசொல்லிகளே என்னைச் சேதாரமில்லாமல் காத்த காவல் தேவதைகள். அதோ சைபீரிய நாரை, நேற்று சுடப்பட்டது உனது மகன் ஆகிய இரு கதைகளின் கருக்களைச் சொன்ன அப்பா வெள் உவன் அவர்களை இந்த நேரத்தில் நினைவுகொள்கிறேன். அன்பின் கவியுருவம் வண்ணதாசன் அண்ணாச்சிக்கு மரியாதையோடு கூடிய அன்பு. அவ்வப்போது உரையாடல் துணையாய் இருக்கும் நண்பர்கள் செந்தூரனுக்கும் இளவேனிலுக்கும் தழுவல்கள். எப்போதும் போல உடனிருக்கும் எல்லா நண்பர்களுக்கும் நேசங்கள். கதைகளில் சிலவற்றை வெளியிட்ட நீலம், கனலி, கலகம் இதழ்களுக்கு நன்றிகள்.

புத்தகமாக உருவாகக் காரணமான அன்பு நண்பன் கா.பாவுக்கும் எதிர் வெளியீட்டின் அனுஷ், சீனி, இதர நண்பர்கள், அச்சகத்தார், வடிவமைப்பாளர்கள் எல்லோருக்கும் பிரியங்கள். கதை முன்னோடிகளுக்கு வணக்கங்கள்.

தக்கலை
23-11-23

அன்பின்
சிவசங்கர்.எஸ்.ஜே

சிறுகதைகள்

கோடுகள்

(அந்த உலகம்:

கோடுகள் என்னோடு பேசுபவை. கோடுகள் என்னோடு கொஞ்சுபவை. உலகம் கோடுகளால் ஆனது என்றே நான் நினைத்திருந்தேன். சதுரம், முக்கோணம், செவ்வகம், கனசதுரம், அறுகோணம், எண்கோணம், ஏன் வட்டங்கள் கூடக் கோடுகளால் ஆனவை. அத்தனை நேர்கொண்டதாக உலகம் இல்லை. வளைவும் நெளிவும் சுளிவும் கோடுகள்தான். வளைகோடுகள் என் கண்களுக்குத் தெரியும். நான் இந்த உலகத்தைக் கோடுகளால் பார்ப்பவன். நானே ஒரு கோடு.)

“ரோட்ல நாய் மாரி அடிபட்டுச் சாகணும் அவ்ளோதான் என் ஆசை.”

வன்மமில்லை, கோபமில்லை, ஒரு மூர்க்கம் அதுதான் அவனைச் சுற்றி எப்போதும் ஒரு அனலைப் போல் சுழன்றுகொண்டிருந்தது. அவனது எல்லா நடவடிக்கைகளிலும் இதன் சாயல் தெரியும். பேச்சில் சில அபூர்வ வேளைகளைத் தவிர இந்த வெப்பம் வீசிக்கொண்டேயிருக்கும். வெளி மனிதர்களிடம் மட்டும்தான் இப்படியா என்று கணிக்கும் அளவிற்கு அவனுக்கும் எனக்குமான உறவு இல்லை. அவனது பெயரோடு சேர்த்து இந்த மூர்க்கம் என்ற ஒற்றைச் சொல்தான் எனது மனப்பதிவாகயிருந்தது.

புல்லட் அப்போது எண்பது கிலோமீட்டர் வேகத்தைத் தொட்டிருந்தது. சாத்தூரிலிருந்து இருக்கங்குடிக்குச்

செல்லும் ஏதோவொரு காட்டுப் பாதையில் வண்டி ஓடிக்கொண்டிருந்தது. நான் கண்களை மூடிக்கொண்டேன். இன்று என் வாழ்வின் கடைசி நாள். கால்கள் அனிச்சையாய் நடுங்கின. அந்த வேகத்தில் புல்லட் அதிர்ந்து பார்வை மங்கிக் காதுகள் அடைத்துக் கொண்டன. கண்ணுக்கெட்டிய தூரம்வரை புழு பூச்சிகள் தென்படாத பொட்டல் சாலை.

வண்டி ஓட்டிக்கொண்டிருந்த வினோத் அந்தப் படத்தின் ஆர்ட் டைரக்டர். டைரக்டர் என் நண்பன். அடுத்த நாளுக்குரிய போலிஸ் ஸ்டேஷன் செட் பணியை என்னிடம் ஒப்படைத்துவிட்டு எல்லோரும் அதிகாலையில் ஷூட்டுக்குக் கிளம்பிவிட்டார்கள்.

"அவன் ஒரு கிறுக்கன். கொஞ்சம் பாத்துக்கோ" எச்சரிக்கையோடு தான் நண்பன் போயிருந்தான். அவன் என்னை ஏதோவொரு கடுப்பில் பழிவாங்க இவனிடம் மாட்டிவிடுகிறான் என்பது எனக்கு அப்போது புரியவில்லை.

"கேக்கல."

எதிர்க்காற்றில் அவன் சொல்லியது அரைகுறையாய்க் கேட்டது. நான் என் இடது காதை அவன் தோளருகே கொண்டு போனேன். வேகத்தைக் குறைக்காமலே கூலாக ரோட்டைவிட்டுக் கண்களை அகற்றி வலது பக்கம் திரும்பி என்னைப் பார்த்தபடி சொன்னான்.

"எங்கயாவது ரோட்ல நாய் மாரி அடி பட்டுச் சாகணும் அவ்ளோதான் என் ஆசை."

'யோவ் நீ சாவுய்யா அதுக்கு ஏன் என்னையும் கூட்டிட்டுப் போற' மனசுக்குள் பேசிக்கொண்டேன். வண்டியை நிறுத்தச் சொல்லி இறங்கிவிடலாமா. அவன் எதையும் கவனத்தில் கொண்டது போலில்லை.

மிகச் சரியான பெயர் கொண்டவர்களை நான் பார்த்ததில்லை. இத்தனை எக்ஸென்ட்ரிக்கான நபர்களோடு எனக்குப் பழக்கமில்லை. சாத்தூர் வெயிலுக்கு மண்டை பிளந்து மூளை வெளியேறிக் கொண்டிருந்தது. இன்றைய பொழுது இவனோடுதான். கொடுமை.

(அந்த காட்சி:

அப்பா சாலையில் கிடந்தார். அவரைச் சுற்றி சாக்பீஸால் கோடுகள் வரைந்திருந்தார்கள். அவரை அகற்றி அவசர ஊர்தியில் ஏற்றிக்கொண்டு போன பின்னும் அந்தக் கோடுகள் அப்பாவின் வடிவத்தில் கிடந்தன. பள்ளிக்கு அந்த வழியைக் கடந்து போகும்போதெல்லாம் அப்பா கிடந்த அந்த இடத்தில் கோடுகளும் கிடக்கும். வாகனச் சக்கரங்கள் மீண்டும் மீண்டும் அரைத்து அப்பாவை அழித்துப் போயின. ஒரு பெரு மழையில் அப்பா கரைந்தார். அன்றிலிருந்து என் கண்களுக்கு மட்டும் தெரிபவர் ஆனார். ஒன்றிரண்டு வருடங்கள் அல்ல அந்த ஊரில் இருந்த பதினெட்டு வருடங்களும்.)

முதல்நாள் அவனைப் பார்ப்பதற்கு முன்னே அவன் வண்டியைத்தான் பார்த்தேன். மங்கிய நீலக் கலரில் சில்வர் கலந்த பழைய டீசல் புல்லட் போலத் தெரிந்தது. ஆனால், டீசல் வண்டியில்லை. ராயல் என்ஃபீல்டும் இல்லை. இவன் ஏதோ மிலிட்டரி வண்டியை அல்டேர்நேஷன் செய்திருக்கிறான். வண்டியின் வலதுபுறப் பக்கவாட்டில் சாதாரணமாக பொருள்கள் வைக்கும் பெட்டி இருக்கும் இடத்தில் ஆலிவ் பச்சையில் நைந்த தோற்றத்தில் பள்ளிக் குழந்தைகள் இரு தோள்களிலும் போடுவதுபோல் ஒரு தோள்பை. சைட் ஸ்டாண்ட் போடப்பட்டிருந்த வண்டியின் வலப்புற ஹேண்டிலில் மீண்டும் ஆலிவ் நிறத்தில் சட்டியின் தோற்றத்தில் சிவில் இஞ்சினியர்கள் போடும் ஹெல்மெட். வண்டியின் இடதுபுறம் கட்டடப் பணிக்காகக் குவித்து வைத்திருந்த மணல்மேட்டில் அவன் படுத்திருந்தான். அருகில் கபில நிற நாய் ஒன்று நெருக்கமாக ஒட்டிக்கொண்டு கிடந்தது. அவன் கண்கள் திறந்திருந்தன. அசைவில்லை. ஆழ்ந்த உறக்கத்திலிருப்பது போலொரு தோற்றம்.

ஏ.டி. ஆதர்ஷ் பஸ்டாப்பிலிருந்து அழைத்து வந்திருந்தான். நான் வந்திறங்கியதிலிருந்து டைரக்டர் நண்பனும் கேமராமேனும் கூடச் சில அசிஸ்டண்ட் டைரக்டர்கள் ஆரம்ப அறிமுகப் படலங்களோடு அந்த இடத்தின் அமைதிக்குப் புறம்பாகச் சத்தமாகப் பேசிக்கொண்டிருந்தோம். அவனிடம் எந்தச் சலனமுமில்லை. அடக்க முடியாமல் நண்பனிடம் கேட்டேன். அவன் அப்படித்தான் நீ கண்டுக்காத என்றான்.

வின்சென்ட் வேன்ஹாவைக் கொன்றவனை எனக்கும் தெரியாது 13

கேரள உலகப்பட விழாவின் ஒருசில நாள்களில் நண்பனோடான இலக்கிய, அரசியல் விவாதங்கள், தொடர்ச்சியாக மாற்று சினிமா இயக்கங்களில் செயல்பட்டது, பட விழாக்களில், கருத்தரங்குகளில் கலந்துகொண்டது, சினிமாக் கோட்பாடு சார்ந்த நூல்கள், விமர்சன அறிமுகக் கட்டுரைகள், வாசித்தல் எழுதுதல் எல்லாவற்றையும் விட லோ பட்ஜெட் மாற்று சினிமா என்கிற லட்சியம் இப்படி இந்த இரவில் மொட்டை மாடியில் கொண்டு நிறுத்தியிருந்தது.

(அந்த ஒலி:

கரும்பலகையில் வெள்ளை சாக்பீஸ் கீச்சிடும் போதெல்லாம் என் முதுகுத் தண்டு சில்லிடும். என்னால் பாடங்களைக் கவனிக்க முடியாது. மண்டையில் யாரோ கூர்மையான கத்தியால் அங்குலம் அங்குலமாகக் கீறும் ஒலி. சாக்பீஸ்கள் உறக்கத்திலும் என்னைக் கீச்சிட வைத்தன. யாரேனும் தரையிலோ சுவரிலோ எதிலேனும் எதையேனும் உரசினாலும் என்னால் உடல் திருகாமல் கடக்க முடியாது. அது சாவின் ஒலி.)

முதல் நாள் ஷூட் பட்டாசுத் தொழிற்சாலையின் உட்புறம் அதிகப் பாதுகாப்பு காரணமாக செருப்புகூட அணிய முடியாத சல்பர் பட்டாசு தயாரிக்கும் வளாகத்தில். உடல் முழுக்க சில்வர் நிறத்தில் பட்டாசுப் பொடியோடு நிற்கும் கதாப்பாத்திரத்திடம் நான் வசனம் பேச வேண்டும். கேமரா முன் நிற்பதில் துளியும் விருப்பமில்லை. ஆஃப் ஸ்க்ரீன் ஆள்டா நானு, நடிக்கக் கேட்ட நண்பனிடம் பிடிவாதமாக மறுத்தும் அதைவிடப் பிடிவாதமாக கேமரா முன் என்னை நிறுத்திவிட்டிருந்தான். பள்ளி மேடை நாடகப் பழக்க தோஷத்தில் முதல் டேக்கில் கத்திப் பேசிவிட்டேன். உச்சரிப்பு, மாடுலேஷன், ஃப்ளோ எல்லாம் ஓகே. சத்தம் சற்று கூடினதும் பிரச்சினையில்லை. ஃபோகஸ் புல்லர் மனோ ஏதோ தவறு செய்துவிட்டார். இரண்டாவது டேக்கில் சுதாரித்துவிட்டேன். மெதட் ஆக்டிங், அண்டர்ப்ளே, சப்டில் ஆக்டிங், ஸ்டான்ஸ்லோவ்ஸ்கி... வாசித்த எல்லாம் மூளைக்குள் ஓட நிதானப்படுத்தி நடித்து முடித்தேன். ஏற்கெனவே வேறொருவரை அந்தப் பாத்திரத்தில் நடிக்க வைத்து நொந்து போயிருந்த டீம் என்னை ஏற்றுக்கொண்டது. டேக்குகள் குறைந்து அன்று ஒருநாள் மட்டும் என் போர்ஷனில் ஐந்து

சீன்கள் முடித்துவிட்டோம். டி.ஓ.பி வசந்த்தும் அஸோசியேட் ஜனாவும் முதல்நாளில் என்னோடு நெருக்கமாகிவிட்டார்கள். வேறு நடிகர்கள் வரும்போதெல்லாம் நான் லிலிபுட் மானிட்டர் பார்த்துக்கொண்டிருப்பேன். தூரத்தில் வினோத் செட் அசிஸ்டெண்டுகளோடு எதற்கோ கத்திக்கொண்டு இருந்தான்.

அன்றைய நாளின் இரவுக் குடியிலும், பாடிய ரெண்டு பாட்டிலும் ஏ.டி.க்கள் குமரன் ஆனந்த், ஆதர்ஷ், சங்கர், ராஜா. கேமரா பிரிவில் ஜனா, வசந்த், அஷ்கர் நட்பாகிவிட்டார்கள். லோ பட்ஜெட் படத்துக்கேயுரிய தங்குமிடம். சாத்தூர் ரெயில்வே கிராஸிங்கைத் தாண்டி எந்த அடையாளமும் இல்லாத ஒரு பொட்டல் காட்டில் எங்களுக்கான தனியொரு வீடு. மூன்று பைக்குகள், விடியக் காலையில் வரும் ஒரு சுமோ. இரவில் டிபன் கொண்டு வரும் சாத்தூர் மெஸ் மாரி. இதைத்தவிர வினோத்தின் புல்லட். அங்கு என்ன நடந்தாலும் யாருக்கும் தெரியாத அமானுஷ்ய இடம்.

வெயிலை அறியாதவர்கள், வெயிலைப் பழக வேண்டியவர்கள் சாத்தூருக்கு ஒருமுறை வரவேண்டும்... கண்ணுக்கு எட்டியவரை தெரியும் தொடுவானம். கரிசல் வேறு கந்தக பூமி வேறு என்பதை எப்போதும் பறைசாற்றும் அடிச்சூடு. ரத்தத்தை ஒருபோதும் சுண்டிவிடவைக்காத உஷ்ணம். எந்நேரமும் தீயில் நிற்கும் வெக்கை. காற்றில் கலந்திருக்கும் கந்தக மண் வாசம். பட்டாசு, பிரிண்டிங் இரண்டுக்கும் தோதான காலநிலை, மும்பையில் மட்டும் இப்படி ஒரு பகுதி இருக்கிறதாம். மற்றபடி இந்தியா முழுக்க இப்படியொரு கிளைமேட் கொண்ட இடம் இல்லை. எப்போதும் மழை வாராமல் இருக்க வேண்டி நிற்பது அந்த ஊரின் கூட்டுப் பிரார்த்தனையின் ஆன்ம விருப்ப விளைவும் கூட.

ஷூட் முடிந்ததும் தினமும் ஒரு நாட்டு வாழைப்பழம் சாப்பிடச்சொல்லி வினீத் சொன்னான். அவன் நாடகக் குழு வைத்திருக்கிறான். அவனது ட்ரூப்பிலிருந்து பத்து பேருக்கு மேல் இந்தப் படத்தில் பங்குபெறுகிறார்கள்.

"அதென்ன நாட்டு வாழைப்பழம்?"

"இங்க வந்த புதுசுல பெரியவர் ஒருத்தர் சொல்லித்தந்தாரு மச்சி."

நாங்கள் மாப்ள மச்சி என்று பேசுமளவுக்கு ஒரு வாரத்தில் அடுத்திருந்தோம்.

“வாய் வழியா நம்ம உடம்புக்குள்ளே போற பட்டாசு மருந்தை நாட்டு வாழைப்பழம் கிளீன் பண்ணிருமாம். அதான்.”

மூக்கு வழியாய்ப் போகும் மருந்தை என்ன செய்வது. நான் அவனிடம் கேட்கவில்லை.

(அந்த வண்ணம்:

வண்ண சாக்பீஸ்கள் பிரச்சினையில்லை. வெள்ளை சாக்பீஸ்களைப் பார்த்தாலே பீதியானேன். உட்சுருங்கி உள்ளொடுங்கி வகுப்புகளுக்கு மட்டம் போட்டேன். முழுக்க கரும்பலகையில் நடத்தப்படும் பாடங்களில் தோல்வியுற்றேன். வெண்மை ஒவ்வாததானது. வெள்ளையான பொருள்களைத் தவிர்த்தேன்.)

இரண்டாவது வாரத்தில் ஒரு நாள். பட்டாசுத் தொழிற்சாலையின் வளாகத்தில் தூரத்தில் சிறிய செர்ரி மரத்தின் நிழலில் சட்டையில்லாமல் ஷார்ட்ஸோடு வினோத் அமர்ந்திருந்தான். மரத்தின் கிளையில் மௌன விரதம் என்று அட்டையொன்றில் எழுதித் தொங்கவிடப்பட்டிருந்து. ப்ரியா அருகில் சென்று அவனிடம் ஏதோ கேட்டாள், அவனும் ஏதோ சைகையில் பதிலளித்தான். ப்ரியா வினீத் டீம். அந்தக் கூட்டத்தில் அவனிடம் நன்றாகப் பேசுபவள் அவள் ஒருத்திதான். ஆசிர்வதிப்பதுபோல் கையைக் காமித்துவிட்டு ப்ரியா நகர்ந்துவிட்டாள்.

முதல் ஸ்கெட்யூலில் டைரக்சன் டீம், கேமரா டீம், நடிகர்கள், மேக்கப், காஸ்ட்யூம், செட் அஸிஸ்டன்ட்கள், ப்ரொடக்ஷன், மெஸ், கிரேன், ட்ராலி, லைட்பாய்கள், ப்ரொட்யூசர் பக்கம், டிரைவர்கள் எல்லோரோடும் ஓரளவு பழகியிருந்தேன். அவனைத் தவிர. மூன்றாவது வாரம் இரவில் நல்ல போதையில் அவனிடம் ஒட்டிக்கொண்ட கபில நாயோடு கோபமாய்ப் பேசிக்கொண்டிருந்தான். நெடுநேரம் நானும் தூங்கவில்லை. நடு இரவு வரை தொடர்ந்த பேச்சில் எனக்கு எதுவும் புரியவில்லை. மர்மங்கள் மேல் இருக்கும் ஈர்ப்பும், ஆராயத் துடிக்கும் ஆர்வமும் இவன் விஷயத்தில் ஏனோ தோன்றவேயில்லை.

கிறுக்குத்தனத்துக்கும் கலைக்கும் மெல்லிய கோடுதான் வித்தியாசம் என்று என் ஆசான் அவ்வப்போது புதிதாய் வந்து சேரும் நண்பர்களிடம் சொல்லிக்கொண்டிருப்பார். கறாராக அரசியல் சரிகளை மட்டுமே பேசும் அவர் அநேகமாய் அன்று மிதந்து கொண்டிருப்பார். டாலி, பிக்காசோ, ஆந்தரே ப்ரதான் என அவர் குறிப்பிடும் சர்ரியலிஸ்ட்டுகள் வரிசையின் இறுதியில் நனவிலி, ஆழ்மனம், ஈட், இன்ஸ்டின்க்ட் என்று பிராய்டிய சொற்கள் வந்து குவியும்.

இவன் பைத்தியக்காரனா கலைஞனா புரியவில்லை. அவனது வேலைகள் எதுவும் இன்னும் பார்க்கவில்லை. கோடம்பாக்கத்துக்கேயுரிய அழுக்கு நிற உடை ஆனால் பிரத்தியேகமாக வடிவமைக்கப்பட்ட பழைய பாணி ஆடைகளை அணிந்திருக்கும் அவன் ஸ்கெட்சுகள் போடுவதை ஒருமுறை பார்த்தேன். நல்ல பிராண்ட் பத்து இன்ச் டேப்லட்டில் ஒரு படம் வரையும் சாப்ட்வேரில் வரைந்துகொண்டிருந்தான். நல்ல லாவகம். அதனால் ஏற்பட்ட விட்டேத்தித்தனம். வேகம். கண்களில் ஒரு மூர்க்கம். அவனது எல்லாச் செயல்களிலும் வெளிப்படும் மூர்க்கம். ஆசானிடம் கேட்ட அரைகுறை பிராய்டிய சித்தாந்தங்களை நான் அவனிடம் பரிசோதிக்க முயற்சித்துக் கொண்டிருந்தேன். அவன் போதையிலிருக்கும்போதும் அவன் வரையும்போதும் வேறு வேலை செய்யும்போதும் மிகத் தனிமையான உலகம் ஒன்றில் சஞ்சரித்துக் கொண்டிருந்தான். அதாவது செயல்படும்போதெல்லாம் தனி உலகம். அந்த உலகம் ஒரே உணர்ச்சியோடு தொடர்பு கொண்டது மூர்க்கம். அன்று மௌன விரதம் இருந்த நாளில் செயல்படாமலிருந்தபோது அவன் முகத்தில் இந்த மூர்க்கம் இல்லை. அவன் அசைய வேண்டுமென்றால் இந்த மூர்க்கம் வேண்டும். வண்டிக்கு எரிபொருள் மாதிரி.

வினோத் மதச் சின்னங்கள் அணிந்தோ, லேட்டஸ்ட் சிகை அலங்காரங்களோ அல்லது பொதுவாக, ஓவியர்கள் ஆர்ட் டைரக்டர்கள் அணியும் கை கயிறுகள், மாலைகள், அலங்காரப் பொருள்களோ அணிவதில்லை. சுருக்கத்தில் வெளித்தோற்றத்தில் அவனை சினிமாக்காரனாக அடையாளம் காணவே முடியாது. க்ரூவில் டைரக்டர் உட்பட யாரும்

அவனிடம் அதிகம் வைத்துக்கொள்வதில்லை. அவன் உலகத்துக்குள் நுழையும் தைரியம் யாருக்கும் இல்லை.

அவனது மூர்க்கத்தையும், அதுதான் அவனுடைய உந்துவிசை என்பதையும் அவன் அறிந்துகொண்டிருந்தான்.

(அந்தக் கலை:

கோடுகளான என் உலகில் ஒருநாள் கோடுகள் என் நரம்புகளிலிருந்து உயிர்பெற்று ஏதேதோ உருவங்களை உற்பத்தி செய்தன. தலையைச் சுற்றிப் பறக்கும் அரூபங்களை ரூப வடிவில் எதிர்கொள்ள என்னால் இப்போது முடிந்திருந்தது. கோடுகள்தான் உருவங்களை உருவாக்குகின்றன என்பதை ஏதோவொரு நொடியில் என் மூளை உணர்ந்துகொண்டது. ஓவியம் என்னைத் தேர்ந்துகொண்டது.)

அன்று இண்டர்வல் ப்ளாக் ஷூட். அதிகாலை லைட் வேண்டுமென மொத்த டீமும் எங்களை விட்டுவிட்டுச் சென்றிருந்தது. முந்தின நாள் மாலையிலேயே ஏ.டி. ராஜா சொல்லியிருந்தான். அண்ணே நீங்க நாளைக்கு ரெஸ்ட் எடுத்துக்கோங்க. தொடர்ந்து ஒரு மாதம் அதிகாலையில் எழும்பி பழக்கமாகிவிட்டது. முழிப்புத் தட்டி விழித்துப் பார்த்தால் நானும் வினோத்தும் அஷ்கரும், சுனிலும் மட்டும் வீட்டில். இன்று ஷூட் இல்லை என்பதை மூளை உணர்ந்ததும் படுக்கையை விட்டு எழும்பி சிறுநீர் கழித்துவிட்டு மீண்டும் பாயில் கிடந்தேன். அடுத்த ரூமில் வினோத், என்னருகில் அஷ்கர், சற்றுத் தள்ளி அசிஸ்டெண்ட் எடிட்டர் சுனில்.

பத்து மணியிருக்கும் வினோத் எழுந்து வந்தான். ‘குடிக்கத் தண்ணி இல்லையா’ பொதுவாய் கேட்டுவிட்டு சுற்றுமுற்றும் பார்த்தான். அவன் கண்களில் பழைய மூர்க்கம் இல்லை. பசியோடிருக்கும் சிறு நாய்க்குட்டியின் முக பாவனை. நானும் எழுந்து அடுக்களையில் தேடினேன். அத்துவானக் காடு. பக்கத்துக்கு வீடு அரை கிலோமீட்டருக்கு அந்தப் பக்கம் இருக்கிறது. கொலைவெறியோடு சுற்றும் இரண்டு நாய்கள் அங்கு உண்டு. பைக்கில் வருவதே பெரும் பாடு. கேனிலோ பாட்டில்களிலோ ஒரு சொட்டு இல்லை. ராத்திரி

தண்ணியடித்திருப்பான் போல, தாகம் அவனது ஏறி இறங்கும் தொண்டையில் தெரிந்தது.

அஷ்கரும் சுனிலும் எழுந்துவிட்டார்கள். இருவருக்கும் தமிழ் அரைகுறை. ஒருவன் கருநாகப்பள்ளி, மற்றவன் பத்தனம்திட்டா. சூழலைப் புரிந்துகொண்டு வந்து என்னருகில் அமர்ந்துவிட்டு

“சேட்டா ஃபுட்டின்னு எந்தா செய்யா” அஷ்கர் ஆரம்பித்தான்.

“பஷ்ணம் மாத்ரம் இல்லா ப்ரெஷ்ணம். குடிக்கான் வெள்ளம் இல்லாத இவிட கெடந்து மரிக்கும். என்ற அய்யப்போ!” சுனிலும் புலம்ப ஆரம்பித்தான்.

மணி ஏற வெயிலும் ஏறிக்கொண்டே போனது. காலையில் டீ குடிக்காமல் தம் அடிக்காமல் பாத்ரூம் போகாது. இருபது வருடப் பழக்கம். மண்டை கனக்க ஆரம்பித்தது. பல் தேய்த்தால்தான் பசிக்கும். பல் தேய்க்காமல் கடத்தினேன்.

சற்றுநேரம் மொபைலை நோண்டிக்கொண்டிருந்தேன். யாருக்காவது கூப்பிட்டு விஷயத்தைச் சொல்லலாமா? சாதா நாள்களிலேயே ஃபோன் எடுக்கமாட்டான் நண்பன். இப்போ ஷூட் வேறு. ஏ.டி.ஆதர்ஷுக்கு முயற்சித்தால் சுவிட்ச் ஆஃப், ஜனா நாட் ரீச்சபிள். திடீரென என் முகம் மலர்ந்தது. சாத்தூர் மெஸ் மாரி. அந்த நம்பர் நிஜமாகவே ஒளிர்ந்தது. அன்று ஒரு நாள் சீக்கிரம் வந்தபோது மெஸ்ஸில் வைத்து வாங்கிய நம்பர். உடனே அடித்து விஷயத்தைச் சொல்லி, தண்ணி கேன், காலை உணவு, மறக்காமல் சிகரெட் ஆர்டர் செய்தேன். மாரி டி.வி. எஸ்ஸில் தேவதூதன் போல வந்தான். மதிய சாப்பாட்டுக்கு சிக்கன் குழம்பும் சொல்லி அனுப்பியதும். அஷ்கரும் சுனிலும் என்னைச் சுற்றிக்கொண்டார்கள்.

“அண்ணன் இல்லேங்கில் இந்து நம்மட பாடு போக்கா. வெஷந்நு சத்தேன்னே.” மாறி மாறி என்னைக் கட்டிக்கொண்டார்கள்.

வினோத் வந்தான். தண்ணி கேனைச் சாய்த்து பாட்டிலில் பிடித்துக்கொண்டான். மொட்டை மாடிக்குப் போனான். பிறகு மதியம் வரை கீழே வரவில்லை. முகத்தில் சிரிப்புமில்லை. மூர்க்கமுமில்லை. காலைச் சிற்றுண்டிக்கும் கீழே வரவில்லை. பதினோரு மணி வாக்கில் கபில நாய் படிவழியே மேலே ஏறிப் போனது.

மதியம் மாரி சாப்பாடு கொண்டுவரும்வரை அஷ்கரோடும் சுனிலோடும் என் ஸ்க்ரிப்டை சொல்லிக்கொண்டிருந்தேன். அவரவர் பின்னணி, இங்கு வந்து சேர்ந்த கதைகள் பரஸ்பரம் தெரிந்துகொண்டோம். மாரியின் வண்டிச் சத்தம் கேட்டதும் வினோத் கீழே வந்தான். ஒரு பொதியை எடுத்துவிட்டு அவனிருந்த அறைக்குள் போய்விட்டான்.

(அந்த விடுதலை:

காலமாதல் என்றால் இறந்து போவதா இல்லை காலமாகவே ஆகிவிடுதலா இந்தக் கேள்விக்கு எனக்கு பதில் தெரியாது. கோடுகள் வரைவது, கோடுகளால் வரைவது பழகி எதிர்படும் எல்லாம் கோடுகளாகவே வரைபடமாகத் தெரியத் தொடங்கியிருந்தன. வேகமோ வெளியோ காலமோ என்னை உறுத்துவதில்லை. அப்பா என்னவானார் அப்பா கோடாகிப் போனார் அப்படித்தான் சிறுவயதில் பதிந்து போனது. எல்லா மனிதர்களுக்குள்ளும் மிருகங்களுக்குள்ளும் இந்த உலகத்தின் எல்லா உயிருள்ள உயிரற்ற பொருள்களுக்குள்ளும் கோடுகளே இருப்பதை என் மூளை அறிந்து விரல்களுக்குச் சொன்னது. நான் அதைக் கோடுகளாய் மாற்றினேன். அவற்றிற்கு வண்ணங்களைப் பூசினேன்... ஒரு கட்டத்தில் சலித்துவிட்டது. நான் கோடுகளுக்கு வெளியே உள்ள எல்லையற்ற வெளியில் சஞ்சரிக்க விரும்பினேன். அதற்கு முதலில் நான் கோடாய் மாற வேண்டும்... நான் கோடாய் மாற வேண்டும்... நான் கோடாய் மாற வேண்டும்.)

இரண்டாம் ஸ்கெட்யூலுக்கு ஒரு மாதம் கழித்து அழைப்பு வந்தது. வினோத் வரவில்லை. செட் அசிஸ்டெண்ட் பழனியும் மணி அண்ணனும் ஆர்ட் வேலைகளைப் பார்த்துக் கொண்டார்கள். நண்பனிடம் கேட்டுப் பார்த்தேன். அவன் அதைக் கண்டுகொள்ளவேயில்லை. இவனுக்கும் அவனுக்கும் ஏற்கெனவே ஆகாது. முதல் ஸ்கெட்யூலில் ஓரிரு தரம் முட்டிக்கொண்டார்கள். டீம் பழகிவிட்டதால் இரண்டாம் ஸ்கெட்யூல் அதிகச் சிக்கல்கள் இல்லாமல் நகர்ந்து முடிந்தது. செட்டில்மென்ட்கள் முடிந்து அவரவர் ஊருக்குத் திரும்பிய கடைசி நாள். என் பொருள்களைப் பையில் அடுக்கிக்கொண்டிருந்தபோது பார்த்தேன். வினோத் அந்த அறையில் அவனது கபில நாயைச் சுவரில் ஒரு பென்சிலால் வரைந்திருந்தான். அச்சு அசலாக.

***

எல்லாம் முடிந்து வீட்டுக்கு வந்து வழக்கமான அலுவல்களுக்குள் விழுந்து மாதங்கள் நாளாகிவிட்டது. அஷ்கர், ஜனா, ஆனந்த், சுனில் நால்வரும் இடையிடையே பேசிக்கொள்வோம். அஷ்கரும், ஜனாவும் ரொம்பவும் நெருங்கி, டீமில் இருந்த பலரும் முகநூல் நண்பர்கள் ஆகிவிட்டார்கள். போஸ்ட் ப்ரொடக்ஷனில் ஏற்பட்ட பிரச்சினைகள். பாக்கி இருக்கும் க்ளைமேக்ஸ், டி.ஐ, கலரிங், சி.ஜி பணிகள் பற்றி அவ்வப்போது தகவல்கள் வரும். ஜனா ஏற்கெனவே வினோத்தோடு ஒரு படம் பண்ணியிருந்தான். ஜனாவிடம் அவனை விசாரித்தேன். தெரியலேண்ணா கேட்டுச் சொல்றேன் என்றான். ரெண்டு நாள் கழித்து வினோத் வெள்ளயங்கிரி மலைக்குத் தனியே ட்ரக்கிங் போய் காணாமல் போய்விட்டதாகவும் போலிஸ் கேஸ் ஆகியிருப்பதாகவும் ஜனா அழைத்துச் சொன்னான்.

அவன் முகத்தை ஒருமுறை மனத்துக்குள் ஓட்டிப் பார்த்தேன். பைத்தியத்துக்கும் கலைக்குமான கோடுகள் கலைந்து ஒரு வண்ணமாக அவனது போலிஸ் ஸ்டேஷன் செட் உருவானதை நான் ஓர்மித்தேன். அன்று முழுக்க வேலையில் இருந்தபோதும் அவன் என்னிடம் எதுவும் பேசிக்கொள்ளவில்லை. அவனது உதவியாளர்களிடமும் அதிகம் பேசிக்கொள்ளவில்லை. மூர்க்கம்.. மூர்க்கம்... வன்மமில்லா... கோபமில்லா... மூர்க்கம் அதுதான் அவனைச் சுற்றி வழிந்துகொண்டிருந்தது. அதுதான் அவனது கலையாக, விரல்வழி ஒழுகிக்கொண்டிருந்தது. அவன் யாரிடமிருந்தோ எதனிடமிருந்தோ தன்னை அதன் வழி காத்துக் கொண்டிருந்தான். அதன் தவிப்பை சதா அவன் உள்ளுக்குள் அவதானித்துக்கொண்டிருந்தான். மௌனங்கள் அவனுக்கான யுத்தம்.

***

நடக்கிறதுல நாய்க்கும் பூனைக்கும் என்ன வித்தியாசம் தெரியுமா. நாய் நேர்க்கோட்டுல போகும் பூனை குறுக்குக்கோட்டுல போகும். பூனை ஒரு தெருவுக்குள்ளேயே நேர்ல போற தூரத்தைக் குறுக்கால கணிச்சு சீக்கிரமாவே போய்டும். நாள்கள் நேரங்கள் நேர்க்கோட்டுல கடக்குது. இந்தப் பூனை குறுக்கக் கடக்குது. ரோட்ல அடிபட்டு சாகிறப்போ காலத்துக்கு ஊடால பூனை கடக்க முயற்சி பண்ணி ஒரு சிலுவை மாரி செத்துக் கெடக்கிறதா தோணும். நாள்கள் நேர்க்கோடாவும் பூனை

குறுக்குக் கோடாவும் கெடக்குது. கையைச் சிலுவையைப் போல் காட்டிச் சொன்னான் அறை நண்பன். காரணமின்றி வினோத் ஞாபகம் வந்துபோனது.

காலையில் டீக்கடைப் பேப்பரில் சினிமாச் செய்திகளில் கட்டம் கட்டி அந்தச் செய்தி கண்ணில்பட்டது. ஆர்ட் டைரக்டர் வினோத் வனத்தில் மாயம். காட்டு விலங்குகளால் கொல்லப்பட்டாரா? வனத்துறையினர் தேடுதல் வேட்டை... அவன் வேலை செய்த படங்கள், குடும்ப விபரங்கள்.

எனக்கு ஜனாவுக்கோ வேறு யாருக்கோ அழைத்துக் கேட்கத் தோணவில்லை.

வினோத்துக்கும் எனக்குமான அனுபவங்களைத் தொகுத்துப் பார்த்தேன். எனக்கு அன்றைய பைக் சம்பவம் ஞாபகத்துக்கு வந்தது. அவன் என்னிடம் பேசிய ஒரே வார்த்தை அதுதான்.

"ரோட்ல நாய் மாரி அடி பட்டுச் சாகணும் அவ்ளோதான் என் ஆசை."

நான் நியூஸ் பேப்பரை மடக்கி ஓரத்தில் வைத்தேன். அதன் எழுத்துகள் அதன் கோடுகளும் வளைவுகளும் மறைந்து, ஒலி வடிவில் உருமாறி என் செவிகளுக்குள் ஒரு வண்ணப் புகையைப் போல் நுழைந்தது...

"ரோட்ல நாய் மாரி அடி பட்டுச் சாகணும் அவ்ளோதான் என் ஆசை."

நீலம்
நவம்பர்-2022

அதோ... சைபீரிய நாரை

சைத்ரீகன் பற்றிய முதல் அபிப்பிராயமே நல்லவிதமாயில்லை. அவனைச் சந்தித்தால் தப்பித்தவறி வீட்டுக்கு அழைத்துவிடாதே என்றுதான் நண்பர்கள் வலியுறுத்தியிருந்தார்கள். வேறோன்றுமில்லை குறைந்தது பத்து நாள்கள் வீட்டில் கூடாரமிட்டுவிடுவான். சைத்ரீகனின் குரல்வளையில் துர்தேவதையொன்று குடியிருப்பதாகவும் அது அவனது தொண்டையிலிருந்து வரும் வார்த்தைகளுக்கு ஒரு சடங்கியல் ஒலியை அளிப்பதாகவும் சொல்லியிருந்தனர். சைத்ரீகன் என்று அழைக்கப்பட்டாலும் ஓவியங்களெதுவும் நானறிய அவன் வரைந்ததில்லை. ஒலி ஓவியன் என்று சொல்லிக்கொள்வானாயிருக்கும். அவனது பாட்டியின் ஆவியைத் தேடி ஊர்சுற்றிக் கொண்டிருப்பதாக ஒருமுறை சொன்னான். மூதை போதை வாதை என்று அவனை நான் மனத்துக்குள் வரையறுத்து கேலி செய்வேன். மற்ற நண்பர்களிடம் அவனைப் பற்றி நானாய்க் கேட்டதில்லை. கேட்டிருந்தாலும் யாரும் நல்ல அபிப்பிராயங்கள் சொல்லப்போவதில்லை.

இரவு. மதுரை சந்திப்பு ரயில் நிலையம். நானும் அவனும் நின்றுகொண்டிருக்கிறோம். மதியம் தூத்துக்குடியிலிருந்து கிளம்பி இருவரும் மாலையில் மதுரை வந்து சேர்ந்திருந்தோம்.

சைத்ரீகன் நேற்று காலையில் என் அலுவலக வாசலில் நான் வரும்வரை காத்திருந்தான். வந்ததும் வராததுமாய் “மலையா? கடலா?” என்றான். அவன்

அப்படித்தான். புரிவதுபோல் பேசுவதில்லை. கொஞ்ச நேரம் ஏதோ சிந்தனையில் ஆழ்ந்தததுபோல் பேசாமல் அமர்ந்திருந்தான். அதிலிருந்து விடுபட்டுப் பிறகு வருகிறேன் என்று போய்விட்டான். அது ஓர் எச்சரிக்கைபோல் இருந்தது.

அலுவலகத்தில் அரசியல் கணக்குகள், முதல்வரின் உடல்நலம் குறித்த யூகங்கள், எதிர்க்கட்சியின் வியூகங்கள், எல்லாம் பேசிக்கொண்டு இடைவெளியில் வேலை செய்துகொண்டிருந்தோம்.

அது ஆயிரத்து தொள்ளாயிரத்து எண்பத்தைந்து டிசம்பர் மாதம் முப்பதியொன்றாம் நாள். வருடத்தின் கடைசி நாள் கிளம்பி குடும்பத்தோடு ஏதேனும் கோயிலுக்கோ அல்லது சுற்றுலாத் தலங்களுக்கோ செல்வது என் சமீபத்திய வழக்கம். வருடத்தின் முதல் நாள் திருத்தலங்களிலோ, மனமகிழ் இடங்களிலோ கழிப்பது புது வருடத்தைப் பொலிவாக்கும் என்ற நம்பிக்கை. இந்த முறை திருச்செந்தூர் கோவிலுக்குப் போக முடிவு. செந்திலாண்டவன்குடி தேவஸ்தானத் தங்குமிடம் சத்திரத்தில், அறைவேண்டி முன்கூட்டி மணி ஆர்டர் அனுப்பியிருந்தேன். எப்படியும் மாலை கிளம்ப வேண்டியிருக்கும். மதியம் சரியாக உணவு நேரத்திற்கு அலுவலக வளாக வேப்பமர நிழலில் அமர்ந்திருந்தான் அவன். சனியும் இந்த சைத்ரீகனும் ஒன்றுதான் பிடித்தால் விடமாட்டார்கள். வேறு வழியில்லை மதியம் வீட்டுக்கு அழைத்துப் போனேன். சாப்பிட்டு வெற்றிலை பாக்கு போட்டுக்கொண்டிருக்கும்போது போஸ்ட் மேன் வந்து சத்திரத்திலிருந்து மணி ஆர்டர் ரிடர்ன் ஆனதைச் சொல்லித் திருப்பித் தந்தார். அவன் என்னை ஒருகணம் பார்த்தான். உதடுகோணி சின்னதாய்ச் சிரித்தது போலிருந்தது. எப்படியாவது மாலைக்குள் இவனிடமிருந்து தப்பிப் பிழைக்கலாம் என்றால் இப்படியொரு சம்பவம். ஒருவகையில் அறை கிடைக்காதது நல்லதுதான். குடும்பத்தோடு இவனும் ஒட்டிக்கொண்டால் அது எல்லோருக்கும் சங்கடம். முதல் விஷயம் இவன் பேச்சு யாருக்கும் புரியாது. சமயத்தில் அவனுக்கே புரியாது.

அலுவலகத்தில் வரும்போதே தகவல் சொல்லியாகிவிட்டது. அதுவுமில்லாமல் இது மூன்று வருடமாக ஏற்பட்டிருக்கும் வருடாந்திர வழக்கம். இனி இவனை வீட்டில் வைத்துக்கொண்டிருக்க முடியாது. வீட்டு முற்றத்தில் ஒரு

சிகரட்டை ஆழமாக இழுத்துக்கொண்டே மதுரை போவோமா என்றான். நான் அவன் மனம் மாறுவதற்குள் சரி என்றேன். தூத்துக்குடியிலிருந்து பஸ்ஸில் ஆடி அசைந்து நாலு மணிநேரம். மதுரை பெரியார் பஸ் ஸ்டாண்ட். அவன் அலைக்கழிந்து கொண்டேயிருந்தான். கண்ணும் மனமும் காலும் ஒரு நிலையில் இல்லை. பழைய புத்தகக்கடைத் தெருவுக்குள் நுழைந்தான் நான் பின் தொடர்ந்தேன். பெரிய எழுத்துக் கதைகள் புத்தகங்களைக் கண்டதும் கால்களை மடக்கிக் கடைத்தெருவில் அமர்ந்து குழந்தையைப்போல் வாசிக்க ஆரம்பித்தான். நான் சுற்றிப் பார்த்து தேவையான புத்தகங்கள் ஒன்றிரண்டை எடுத்துக்கொண்டு காசு கட்டிவிட்டுப் பார்த்தால் சைத்ரீகனைக் காணோம். அவன் அடுத்த கடையில் ஒரு புத்தகத்தைத் தீவிரமாய்த் தேடிக்கொண்டிருந்தான். சி.எல்.எஸ் என்கிற கிறித்தவ இலக்கியக் கழக புத்தக நிலையத்தில் சிறிது நேரம். வேறு வேறு பிளாட்பாரக் கடைகளில் சிலநேரம். அப்படியும் இப்படியுமாக அவன் அலைவதும் நான் பின் தொடர்வதுமாக மணி ஏழு ஆகியிருந்தது. திடீரென ப.சிங்காரத்தைப் பார்ப்போமா என்றான். அவரொரு எழுத்தாளர் என்று தெரியும். நான் அவர் புத்தகங்களைப் படித்ததில்லை. இங்கேதான் தங்கியிருக்கிறார் என்று ஒரு லாட்ஜ் பெயர் சொன்னான். புயலிலே ஒரு தோணியைப் பற்றிச் சில துண்டு துண்டான வார்த்தைகள். பஸ் ஸ்டாண்ட் அருகில் ஒரு விடுதி மாடிக்குப் போனோம் அறை பூட்டியிருந்தது. அவன் எந்த உணர்ச்சியையும் காட்டிக்கொள்ளவில்லை. இது வழக்கம் என்பதுபோல் இருந்தது அவன் நடவடிக்கை. கீழே படியிறங்கி நின்றதும் கட்ட பொம்மன் சிலையருகே ஒரு கிழவிக் கடை உண்டு சாப்பிடுவோமா? எனக் கேட்டான். மதுரை தோசை மதுரையின் காரச் சட்னி. நிறைந்து நடந்தோம். சைத்ரீகனின் கூடே நடப்பது எனக்கு ஏதோ திகில் படத்தின் யூகிக்க முடியாத அடுத்த காட்சியைப் போலிருந்தது. எப்போது என்ன செய்வான் என்பதைக் கணிக்க முடியாததே அவனிடம் ஒரு ஈர்ப்பையும் சுவாரசியத்தையும் பீதியையும் ஏற்படுத்தியிருந்தது. சாப்பிட்டவுடன் ஒரு பீடாக்கடையில் நின்றான். அவனுக்கு எல்லோரையும் தெரிந்திருந்தது. அல்லது அப்படி நடந்துகொண்டான். நான் அவன் பின்னே நாய்க்குட்டியாய்த் தொடர்ந்தேன்.

பீடாவைச் சாலையோர நடைபாதையில் குத்தவைத்திருந்து ரசித்து சவைத்துத் துப்பினான். பிறகு ஏதோ அவசர வேலை

இருப்பதுபோல எழுந்து உடையைச் சரி செய்துகொண்டான். என்னிடம் ஒரு சிறு பயணப்பை. அவனிடம் அதுவுமில்லை.

பாடம் எடுக்கும் வாத்தியார் முகத்தைக் குழந்தைகள் ஏறிடுவதுபோல நான் அவன் முகத்தையே பார்த்துக்கொண்டிருந்தேன்.

“இப்போ ஸ்டேஷன் போனா ரெண்டு வண்டி கெளம்பும். ஒண்ணு போடிநாயக்கனூர் இன்னொண்ணு ராமேஸ்வரம். எந்த வண்டி முதல்ல கெளம்புதோ அதில போவோம். புது வருசச் சூரியனை மலையில பாக்கலாமா கடலில பாக்கலாமா?”

ஒரு நாடக மேடையில் ராஜபாட் வேடமிட்டவன் வெளிப்படுத்தும் கம்பீரத்தோடு இருந்தது அவனது அந்தப் பேச்சும் உடல்மொழியும். என் பதிலுக்குக் காத்திருக்காமல் ரயில் நிலையத்தை நோக்கி நடந்தான். நாய்க்குட்டி மூச்சிரைக்கப் பின்தொடர்ந்தது.

***

ராமேஸ்வரம் எக்ஸ்ப்ரஸ் பாம்பன் பாலத்தைக் கடந்தது. சுற்றிலும் நீர் நடுவே ரயிலில் பயணிப்பது ஏதோ ஜாலக் கதைகளில் உலவுவதாக அந்த அதிகாலையில் உணர்ந்தேன். சைத்ரீகன் அறிதுயிலில் இருந்தான். எனக்கும் ராமேஸ்வரத்துக்கு வருவது இதுதான் முதன்முறை. இராமேஸ்வரக் கடலில் முங்கி எழுந்தோம்.கோவிலுக்குப் போக அவனும் வலியுறுத்தவில்லை. எனக்கும் விருப்பமில்லை. ஈரத்துணி கடல் காற்றில் உலரும்வரை காத்திருந்தோம். முதலில் ராமர்பாதம் போக முடிவு செய்தான். அதற்கான பஸ்ஸில் ஏறி உட்கார்ந்ததும் அவன் உடலில் ஒரு மாற்றம். பக்தர் கூட்டத்தோடு இருவரும் ராமர் பாதம் பார்த்துவிட்டுப் பிறகு சிற்றுண்டி முடிந்ததும் தனுஷ்கோடிக்கு போவோமா என்றான். இருபுறமும் கடல் சூழ நடுவில் இருந்த சாலையா பாதையா என அறியாத தடத்தில் தனுஷ்கோடிக்குப் நடந்தோம். யாரையோ அவசரமாகச் சந்திக்கப் போவதைப்போலச் சைத்ரீகனின் நடை வேகமெடுத்தது.

திடீரென அவன் என்னிடமிருந்தும் எல்லாவற்றிலிருந்தும் விடுபட்டான். அவன் நடை தூளியை ஆட்டுவது போல மாறியது.

"அய்யோ பாவி மக்கா... சின்னப் பிஞ்சுகளே... என் கிழவிகளே... ஏய்... மைனிமாரே..." அவன் குரல் சடங்கியல் தன்மையை அடைந்துகொண்டிருந்தது.. ஏறத்தாழ இருபது வருடங்களுக்கு முன் நடந்த துயரை இப்போது நடந்ததுபோலப் பாவித்து அவன் ஓலமிட்டான். அவன் உடல் சிலிர்த்து சிலிர்த்து அடங்கியது. திடீரென பாட்டி என்றான். அழுதான். கடலைப் பார்த்து கெட்டவார்த்தைகளை இறைத்தான். வானும் கடலும் அவனை வேடிக்கை பார்த்துக்கொண்டிருந்தன. என்னையும் அவனையும் தவிர அங்கு யாருமில்லை. கடல் நடுவே நாங்கள் சிறு தோணிகள் போல அசைந்து அசைந்து நடந்துகொண்டிருந்தோம்.

முன்னே போன தோணி திடீரெனப் புயலில் சிக்கியது. கடல் அதைத் தூக்கி எறிந்தது. காற்று புரட்டி எடுத்தது. சுழலில் சிக்கிச் சின்னாபின்னமானது. பலமுறை கவிழ்ந்து மறிந்து கடைசியில் கரையில் வீசியது.

சுள்ளென்ற வெயில் ஆனால் சூடு தெரியாதபடி காற்று. "இதே டிசம்பர் மாதம்தான். அந்த ஓலம் என்னைக் குலைக்கிறது அய்யோ. உப்புநீரில் மூழ்கிய உயிர்களே, மணல் குவியலில் மூச்சுத்திணறி மரித்த உயிர்களே. என் மூதைகளே. என் ரத்தமே" அவன் உடலில் இதுவரை நான் காணாத ஆவேசம் ஏறியது. நான் பின்னே நடக்க என் முன்னே ஒரு நாடக ஒத்திகையையொத்த ஒன்றை நிகழ்த்திக்கொண்டிருந்தான். நான் மெல்ல துடுப்பிட்டு அந்தப் புயலில் சிக்காமல் கரையேறினேன்.

தனுஷ்கோடியை நெருங்கியதும் அவன் நடத்தை இன்னும் விநோதமானது.

"தொன்முது கோடியே உன்னைக் காண முதன்முதலில் வந்தேன். எனெக்கென்ன தருவாய்." கடல் மணலை வாரி வாரி உடலில் இட்டுக்கொண்டே கேட்டான்.

"கானலம் பெருந்துறையே உன் ஞாழல் பூக்களைப் பறிக்க வந்திருக்கிறேன். எங்கே உன் பூக்களைச் சொரி."

"போட் மெயில் அதோ வருகிறது."

"அதோ சூறைக்காற்று புயல்."

"அன்று கிறிஸ்துமஸ் ஆராதனை யேசுவே."

"மழை காற்று சுழல்."

"நரிகளின் ஊளை ஊ ஊ."

"குழந்தைகள் மணல்வீடுகள் அய்யோ."

"மணல் காற்று வீசுகிறது."

"அய்யோ இரயில்."

ஊ... ஊ... அவன் வாயில் வலது கையைச் செங்குத்தாக உதட்டோடு சேர்த்து அணைகட்டி கூ... சிக்கு புக்கு என்று ஊளையிட்டபடி ஓடினான்.

இப்போது ரயில் முன் பக்கம் திடீரெனச் சரிந்தது. ரயிலின் பெட்டிகள் தடம்புரண்டன. பிறகு மொத்தமாய் மணலில் கவிழ்ந்தது. கீரிப்பிள்ளை ஈர மணலில் புரண்டு உடலைப் புரட்டுவதுபோல் மணலில் உருண்டுகொண்டிருந்தான்.

நான் செய்வதறியாது அவனை அப்படியே விட்டுவிட்டு. பத்து பதினைந்து குடில்கள் இருந்த அந்தச் சிதிலமடைத்த ஊரைச் சுற்றிப் பார்க்க எழுந்தேன். அறுபத்து நாலில் நிகழ்ந்த புயல் தனுஷ்கோடியைச் சின்னாபின்னமாக்கி இருந்தது. பத்திரிகைகளில் பிரதானச் செய்தியாகப் படித்தவை நினைவுக்குள் எழுந்தன. மெட்ராஸ் எழும்பூரிலிருந்து வரும் படகு மெயில் என்று மக்கள் அழைக்கும் போட் மெயில் ரயில் பயணிகளோடு கடலில் கவிழ்ந்தது. புயலில் பலியான மனிதர்கள். புகைப்படங்கள். படப்பிடிப்புக்கோ வழிபாட்டுக்கோ வந்திருந்த ஜெமினியும் சாவித்திரியும் ராமேஸ்வரத்தில் சிக்கித் தப்பிப் பிழைத்தது. இறுதியில் அரசு தனுஷ்கோடியை இனி மனிதர்கள் வாழமுடியாத இடமாக அறிவித்தது. எல்லாம்.

தேவாலயத்தின் மேல் காரை இருபது வருட உப்புக்காற்றில் கரைந்து, சிரங்கு பிடித்த கைபோல, ஆனால் இன்னும் கம்பீரமாய் மணல் நடுவே நின்றுகொண்டிருந்தது. கிழக்கு நோக்கி நடந்தேன். இருவர் நிற்பதற்கேற்ப சிறு கூடாரம் போன்ற ஒரு அறை அநேகமாக அது ஏதோவொரு கட்டடத்தின் மேல்மாடமாக இருக்கலாம். நான் நடந்துகொண்டிருக்கும்போது மெல்லிய சந்தனமும் தந்தமும் கலந்த நிறத்தில் மணல்பரப்பின் நடுவே துருவேறிய காப்பி நிறத்தில் நீண்ட இரும்புத் துண்டுகளைப்

பார்த்தேன். நெருங்கியதும் தெரிந்தது அது தண்டவாளம். மேல்நோக்கி வளைந்தும் பக்கவாட்டில் நெளிந்தும் இடையிடையே துண்டாகியும் குறுக்குக் கட்டைகளோடு தண்டவாளம். இத்தனை வருடங்களுக்குப் பிறகும் இன்னும் உறுதியாக இன்னும் வலுவாக இருந்தது. மேல்கூரை இல்லாமல் சாய்வோடு தூரத்தில் ரயில் நிலையம் அதே சிதிலங்களோடு. மெட்ராசிலிருந்து போட் மெயிலில் வந்திறங்கி இங்கிருந்து பிரிட்டிஷ் காலத்தில் தலைமன்னாருக்குப் படகில் போயிருக்கிறார்கள். மெட்ராஸ் இலங்கை போக்குவரத்து அப்போது பிரசித்தமாயிருந்திருக்கிறது.

மீண்டும் மாதாகோயில் அருகே வந்தேன். யாரும் இல்லை. உள்ளேயிருந்து ஒரு பிரார்த்தனைக் குரல். அவன்தான் உள் கூடத்தில் பீடத்தின் முன்னே மண்டியிட்டு நின்றிருந்தான். அவன் கண்களிலிருந்து கண்ணீர். நான் தொந்தரிக்கவில்லை. "மரியே அந்த ஜனங்களை ஏன் தண்டித்தாய். தேவ மாதாவே அவர்கள் ஆத்மாக்களை ஸ்வஸ்த்தப்படுத்தும். தேவ கன்னியே உம்மை மன்றாடுகிறேன்." அவனது குரலில் ஏற்ற இறக்கங்கள் கூடி வெளியிலிருந்து கேட்க மக்கள் சேர்ந்து கூட்டுப் பிரார்த்தனை செய்வதுபோல் தோன்றியது. என் காதுகளுக்குள் அவன் குரலோடு பியானோ சத்தம் கூடக் கேட்டது. நான் கொஞ்சம் தள்ளி நடந்தேன். ஒரு தொடக்கப்பள்ளி. சுற்றுச்சுவரில் ஒரு கல்வெட்டு. குழந்தைகளின் ஆரவாரம் கேட்டது. தூரத்தில் ஆலயமணிச் சத்தம். சைத்ரீகனோடு அலைந்த ஒருநாளிலேயே எனக்கும் மாயாஜால அனுபவங்கள் நடப்பதாக நினைத்தேன். பசித்தது. பையிலிருந்த கடலை உருண்டையை வாயிலிட்டேன். தாகம் எடுத்தது. கொஞ்ச தூரத்திலிருந்த குடிசையை நோக்கி நடந்தேன். தண்ணீர் உப்பு கரித்தது. குடில் நிழலில் கால்களை நீட்டி அமர்ந்திருக்கும்போது அவன் வந்து சேர்ந்தான். நான் பையிலிருந்து எடுத்த கடலை உருண்டையை நீட்டினேன். அவன் என்னை உதாசீனப்படுத்திவிட்டு குடிசைக்குள் நுழைந்து வெளியே வருகையில் ஆளுக்கு ஒரு தட்டில் மீன் சாப்பாடு கொண்டு வந்தான். நான் நிச்சயம் ஒரு தேவதைக் கதைக்குள் இருப்பதாக மனம் கற்பனை செய்தது. சாப்பிட்டு முடிந்து நான் சற்று கண்ணசந்தேன். இனி இப்போது வீட்டுக்குத் திரும்புவேன் என்கிற நம்பிக்கை எனக்கில்லை. முழித்துப் பார்த்தபோது சைத்ரீகன் மணலைக் குவித்துத் தண்டவாளம் செய்து அதன்

குறுக்கே படுத்திருந்தான். கடல் பக்கம் பார்த்தபடி அவன் தலை இருந்தது.

நான் வானத்தையே பார்த்துக்கொண்டிருந்தேன். அந்தி மெல்ல சாய்ந்துகொண்டிருந்தது. வானமும் கடலும் கிட்டத்தட்ட ஒரே நிறத்தில். தந்த நிறத்தில் மணற்பரப்பு. மூன்று நிறக் கடல்கள் என நினைத்துக் கொண்டேன். கரையை ஒட்டி முட்டியளவு தண்ணீரில் புயலில் உருக்குலைந்த படகொன்று கருத்த நிறத்தில் ஓர் ஓவியம்போல் நின்றுகொண்டிருந்தது. அதன் முதுகில் வெள்ளையாய் ஒரு பறவை.

நான் பார்த்துக்கொண்டிருக்கும்போதே அவனது குரல்வளையிலிருந்து வழமையான சடங்கோசை எழும்பியது. நாரை.. அதோ சைபீரிய நாரை... கூக்குரலிட்டான். பித்து பிடித்ததுபோல எழுந்து படகை நோக்கி ஓடினான். அந்த வெள்ளைப் பறவை இவன் அருகில் வரும்வரைக் காத்திருந்து சட்டென எழுந்து பறந்தது. நானும் இவனது ஓட்டத்தைப் பார்த்துச் சிறிது இடைவெளியில் பின்னேயே ஓடினேன். அவன் வேகத்துக்கு ஈடுகொடுக்க முடியவில்லை. படகின் அருகில் நான் வந்தபோது சைத்ரீகன் கடலுக்குள் சற்று தூரத்தில் ஓடிக்கொண்டிருந்தான். முட்டியளவு நீர் இப்போது தொடையளவு இருந்தது. அவன் ஓடிப்போன நீர்ப்பாதை மட்டும் சிவப்பாக இருந்தது. ஏதேனும் உடைந்த மது புட்டி கால்களைக் கிழித்து ரத்தம் ஒழுகி இருக்கலாம். தூரத்தில் அவனைப் பார்த்தேன். இப்போது இடுப்பளவு நீரில் ஓடிக்கொண்டிருந்தான்.

கடல் சிவப்பாய் மாறிக்கொண்டிருக்க அவன் கடலுக்குள் ஓடினான். தொலைதூரம் தொலைதூரம். என் கண்ணுக்கு எட்டா தூரம் வரை. தொடுவானத்தை நோக்கி. பிறகு அவனைக் காணவில்லை. நான் சில யுகங்கள் காத்திருந்தேன். கடலில் சிவப்பு மேலும் பரவியது. அது வானத்துக்கும் ஏறியது. சைத்ரீகனைக் காணவில்லை. அவன் இப்போது முழுதும் கண்ணிலிருந்து மறைந்துவிட்டான். நான் கடலையும் ஆகாயத்தையும் மாறி மாறிப் பார்த்துக்கொண்டிருந்தேன். நீலக் கடலும் நீல வானமும் சிவப்பாய் மாறி அதுவொரு தீக்குறியாய் எண்ணி மனம் தவித்துக்கொண்டேயிருந்தது.

நான் பார்த்துக்கொண்டேயிருக்க கடலின் மேற்பரப்பில் சில சித்திரங்கள் தோன்றின ரத்த நிறத்தில். துல்லியமான

விவரணைகளுடன் பெரிய கித்தானளவு சித்திரங்கள். எல்லாம் ரத்த நிறத்தில். ஆதிக்கால குகை ஓவியங்களிலிருந்து நவீன மேற்கத்திய ஓவியங்கள் வரை நினைவூட்டும் பலப்பல ஓவியங்கள் மிதந்து அலையோடு வந்து கரையில் மோதி அழிந்தன. அந்தப் பக்கம் கடலிலிருந்து மெல்ல மெல்ல சித்திரங்கள் ஒரு திரவம் கசிவதுபோல் வானத்தில் பரவிக்கொண்டிருந்தன. ரத்த வண்ணத்தில். நான் அந்தக் காட்சியின் மாந்த்ரீகத்தில் மயங்கி கரையில் சிதறிக் கிடந்தேன். கண்கள் மெதுவாய் மங்கியது.

திடீரெனத் தூரத்தில் வெள்ளைச் சிறகோடு கடலிலிருந்து ஒரு பறவை மேலெழுந்து பறந்தது. உயர எழும்பியபோது கருத்த வண்ணம் அதன் இறக்கைகளில் மின்னியது அதன் அலகும் முகமும் சிவப்பாக ஒளிர்ந்தது...

கனலி
ஆகஸ்ட்-2023

யட்சனும் நானும்

அது அக்ஞாத காலம். எனக்குத் துணையாய் இரண்டு நண்பர்கள். இரண்டு எதிரிகள். பின்மதியம் ஆரண்யத்தில் சஞ்சரித்துக்கொண்டிருந்த என்னைத் தாகம் வாட்டியெடுத்தது. நீர்வேட்கை உச்சம் அடைந்து தொண்டை வறள ஆரம்பித்தபோது, முதலில் நண்பர்களில் ஒருவரை அனுப்பி எங்கேனும் நீர்நிலைகள் தென்படுகிறதா எனப் பார்த்துவரச் சொன்னேன். அவர் திரும்பி வரத் தாமதமாகவே அடுத்த நண்பரை அனுப்பினேன். அவரும் திரும்பவில்லை. ஒவ்வொருவராக எதிரிகளும் சென்று திரும்பவில்லை. நான் ஏற்றெடுத்த இந்தப் பணியை நான்தான் நிறைவேற்ற வேண்டும். நான் உத்தேசித்த அதே நாளில் அதைச் செய்து முடிப்பேன். அது அவர்களுக்காக மட்டுமல்ல நான் என்னைச் சோதித்துக்கொள்வதற்காகவும்தான்.

அனுப்பிய யாரும் வரவில்லை. தங்கள் தேவைகளின் பொருட்டு வந்தவர்கள் எனினும் என்னால் அவர்களைக் கைவிட்டு முன்செல்ல இயலாது. என் அறம் அதற்கு ஒப்பாது. நான் திருஷ்டியின் துணையோடு அவர்கள் கண்டடைந்த சுனையின் அருகில் வந்து சேர்ந்தேன்.

சுனையின் அருகிலிருந்த மருதமரக் கிளையில் அமர்ந்திருந்த கொக்கு என்னை வரவேற்றது.

"வாரும் உம் துணைகளைத் தேடி வந்தீரோ?"

ஒரு கொக்கு என்னை அறிந்திருக்க வாய்ப்பில்லை. சுற்றிலும் பார்த்தேன் நான் அனுப்பியிருந்த நால்வர் சுனையின் கரையில் முழு போதையில் மயங்கிக் கிடந்ததைக் கண்டேன். நிச்சயமாக இது கொக்காக இருக்க முடியாது. இந்தக் காட்டில் இந்த அசம வேளையில் உலவிக்கொண்டிருப்பது ஒரு துராத்மாவாகவோ ஒரு யட்சனாகவோதான் இருக்க முடியும். என்னை அறிந்திருப்பதால் துர் ஆத்மாவாக இருக்க வழியில்லை.

"ஆம் யட்சனே என் உடனுறை ஆட்களை மீட்க என் செய்ய" நான் நேரடியாகத் தீர்வுக்குத் தாவினேன்.

"யட்சர்களுக்கு லௌகீகத் தேவைகள் ஏதுமில்லை. என் கேள்விகளுக்கு உம் பதில்கள் வேண்டும். அது போதும்."

"தொடும் யட்சரே. இறுக்கிறேன்."

"நூற்றி இருப்பத்தாறு கேள்விகள் தொடுத்திடச் சொல்லி மரபு சொல்கிறது. என் செய்ய."

"எனக்குச் சலிக்கும்வரை பதிலிறுப்பேன்."

"தொடுக்கட்டுமா"

"ம்ம்.. ஆகட்டும்."

யட்சன் கேட்கத் தொடங்கினான்.

1) **எது சூரியனை உதிக்கச் செய்கிறது?**

சூரியன் உதிப்பதில்லை

2) **யார் சூரியனுக்குத் துணையாக இருக்கிறார்?**

பிரபஞ்சமே துணை

3) **எது அதை மறையச் செய்கிறது?**

மறைவதுமில்லை

4) **எதில் அது நிலைபெற்றிருக்கிறது?**

காலத்தில்

5) **எதனால் ஒருவன் கற்றவனாகிறான்?**

அறிந்தவற்றை அனிச்சையாக்கிக் கொள்ளும்போது

6) எதனால் ஒருவன் மகத்தான ஒன்றை அடைகிறான்?
   எளிமையானவற்றைச் சரியாகச் செய்யத் தொடங்கும்போது

7) இரண்டாவது ஒன்றை ஒருவன் எவ்வாறு கொள்ளலாம்?
   ஆவல் மட்டும் இன்றி உழைப்பும் இருந்தால்

8) ஒருவன் புத்திக்கூர்மையை எவ்வாறு அடையலாம்?
   எந்தவொன்றும் தீட்டிக்கொண்டேயிருக்கக் கூர்மை அடையும்

9) தெய்வீகம் எது?
   அவரவர் செயலிலே தெய்வீகம் அடங்கியிருக்கிறது.

10) அறம் எது?
    அடுத்தவரை இயன்றவரை இம்சிக்காதது

11) மனிதக் குணம் எது?
    வலியுணர்வது

12) மறம் எது?
    அடுத்தவரை இயன்றவரை இம்சிப்பது

13) முதன்மையான மதிப்புடையது எது?
    தேவையே முதன்மை. உழவருக்கு மழையே மதிப்புமிக்கது

14) செழிப்பை அடைய விரும்புவோருக்கு முதன்மையானது எது?
    போதுமென்ற திருப்தி

15) யார் உயிரிருந்தும் உயிரற்றவனாக இருக்கிறான்?
    எவனொருவன் கொடுப்பதில் மகிழ்வடையவில்லையோ அவன்

16) பெற்றுக்கொள்பவருக்கு ஏற்படும் முதல் உணர்வு நன்றியுணர்வுதானா?
    முதன்மையாகப் பெறுபவர்களுக்கு ஏற்படுவது கூச்சவுணர்வு.

17) பூமியை விடக் கனமானது எது?
துக்கப்பட பாத்தியதை இல்லாதவனின் அழுகை

18) ஆகாயத்தைவிட உயர்ந்தது எது?
உயர்ந்ததை உள்ளுவதே உயர்வு

19) காற்றைவிட வேகமானது எது?
எதைவிடவும் வேகம் கூடியது மனம்

20) புற்களைவிட எண்ணிக்கையில் அதிகமானது எது?
புற்களை விட எண்ணிக்கையில் அதிகமானது தரப்புகள்

21) நிலமற்றவனுக்கு யார் நண்பன்?
வழியற்றவனுக்கு வழிப்போக்கனே நண்பன்.

22) நோயுற்றவனுக்கு யார் நண்பன்?
மருந்தும் மனமும் நோயுற்றவனுக்கு நண்பன்

23) சாகப்போகிறவனுக்கு யார் நண்பன்?
சமாதானமே சாகப்போகிறவனுக்கு நண்பன்

24) அனைத்து உயிர்களையும் சமமாய்ப் பாவிப்பது யார்?
நெருப்பும் நீரும்

25) நித்திய கடமை என்பது யாது?
கவனிப்பதே நித்திய கடமை

26) அமிர்தம் என்பது என்ன?
தாகத்தில் நீர்... பசியில் உணவு... அமிர்தம்

27) இந்த மொத்த அண்டத்திலும் இருப்பது என்ன?
இருளும் ஒளியுமான ஆற்றல்

28) எவன் தனியாக உலவுகிறான்?
தன்னை உணர்ந்தவன் தனியாக உலவுகிறான்

29) பிறந்தவன் எவன் மீண்டும் பிறக்கிறான்?
   மீண்டும் வேறொன்றாய்ப் பிறக்கிறோம் எல்லோரும்

30) குளிர்ச்சிக்கான தீர்வு என்ன?
   முதலில் நடுக்கம் பிறகு நெருப்பு

31) அறத்தின் உயர்ந்த புகலிடம் எது?
   சும்மாயிருப்பது

32) புகழுக்குப் புகலிடம் எது?
   நேடாமலிருப்பது

33) சொர்க்கத்திற்குப் புகலிடம் எது?
   மகிழ்வோடிருப்பது

34) மகிழ்ச்சிக்குப் புகலிடம் எது?
   சிரத்தையோடிருப்பது

35) மனிதனுடைய ஆன்மா எது?
   உள்ளிருக்கும் நன்மெய்யே ஆன்மா

36) பாராட்டத்தக்க காரியங்கள் அனைத்திலும் எது சிறந்தது?
   சிறிதிலும் சிறிது கேட்டல்

37) ஒருவனது உடைமைகள் அனைத்திலும் மிகவும் மதிப்புமிக்கது எது?
   செயல்

38) லாபங்கள் அனைத்திலும் எது சிறந்தது?
   கோபங்களின்றி வாழ்தல்

39) உலகத்தில் உயர்ந்த அறம் எது?
   ஊறின்றி வாழ்தல்

40) பலனைக் கொடுக்கும் அறம் எது?
   பலனுக்காய்ச் செய்தால் அதன் பெயர் அறம் இல்லை

41) உலகத்தை மூடியிருப்பது எது?

உலகம் மகிழ்வானது துக்கம் அதை மூடியிருக்கிறது

42) வழி என்பது எது?

எது சமமோ அதுவே வழி. தேடலற்றோருக்கோ முன்சென்ற பெரியோர் வழி

43) நஞ்சு எது?

உதவி கோருகையில் உதிர்க்கப்படும் உபதேசம்

44) பொறுமை எது?

சிறுமைகளைச் சகிப்பது பொறுமை

45) அமைதி எது?

சலனமற்ற கண்கள் களங்கமற்ற உள்ளம்

46) கருணை எது?

எதிர்பார்ப்பின்றி செயல்படுவது

47) எளிமை என்று அழைக்கப்படுவது எது?

இருந்தும் இல்லாதிருப்பது

48) வெல்லப்பட முடியாத எதிரி யார்?

நம்மை உணராவிடில் நாமே

49) அறியாமை என்பது எது?

இன்பம் துன்பம் பிறப்பு இறப்பு போலும் எல்லா இரட்டைகளே சாஸ்வதம் என்பதே அறியாமை

50) கர்வம் என்பது எது?

தெரிவதும் அறிவதும் கர்வம்

51) நிலைமாறா உறுதி என்பது எது?

அறிந்தவற்றுக்கு அர்ப்பணிப்பது

"யட்சா போதும்."

நான் தலையை ஒருமுறை குலுக்கி, சிலுப்பிக்கொண்டேன்.

"கேள்விகள் போதும். நாம் வேறு ஏதாவது பேசலாம்." வழித்துணைகளை ஓரக் கண்ணால் பார்த்துக்கொண்டேன். அவர்களது உடல்களில் சிறு அசைவும் மெல்லிய முனங்கலும் தென்பட்டது. இன்னும் சற்று நேரத்தில் அவர்கள் முழித்துக் கொள்வார்கள். யட்சன் மீண்டும் கணைகளைத் தொடுத்தான்.

நான் உங்களை அறிந்திருக்கிறேன் என்பதை நீங்கள் அறிவீர்கள் பல இன்னல்களுக்கு இடையில் நீங்கள் மீண்டும் மீண்டும் துளிர்த்து வந்திருக்கிறீர்கள்.

நீங்கள் இவ்வாழ்வில் இப்போது இதுவரையிலான தோல்வியுற்றிருக்கிறீர்களா இல்லை ஜெயித்துவிட்டீர்களா?

தோல்வி வெற்றி என வாழ்வைப் போட்டியாகப் பார்த்துக் கொண்டிருக்கிறோம். பலரும் சொன்னதுதான். நாம் இங்கு இந்த உலகில் வந்து உதித்தபோதே நாம் பூர்வாங்க போட்டிகளில் வென்றுவிட்டோம்.

பின் அதன்பிறகு நம் வேலையென்ன?

நமக்குப் பிடித்தது என்னவென உணர்வது.

அதை எப்படித் தெரிந்துகொள்வது?

தெரிந்துகொள்வதல்ல உணர்ந்துகொள்வது

எப்படி உணர?

எது நமக்கு மகிழ்வைத் தருகிறதோ அது.

அதன் பொருட்டுச் சிலர் பிறரைத் துன்புறுத்துகிறார்களே?

பிறரை துன்புறுத்துவதே சிலருக்கு மகிழ்வைத் தரலாம். ஆனால், அது நீடித்த நிலையான மகிழ்சியல்ல. தற்காலிக உவகை. சிற்றின்பம் என்பர்.

பேரின்பமோ?

நான் சொல்லும் பேரின்பத்தில் மாயைகளுக்கோ, தத்துவங்களுக்கோ, சடங்காசாரங்களுக்கோ, அவ்வளவு

ஏன் கடவுளுக்கோ கூட இடமில்லை. அது மிக எளிமையானது. யாரிடமும் தன்னை நிருபிக்காதது.

நீங்கள் பேரின்பத்தைக் கண்டுகொண்டீர்களா?

இங்கு பேரின்பத்தை மட்டுமல்ல. எந்தவொரு தெளிவையும் திருப்தியையும் பெற்றுவிட்டாலும் அதையும் அந்த ஞானத்தையுமே வெளியே பறைசாற்ற வேண்டிய தேவை சிலருக்கு இருக்கிறது.

புரியவில்லை?

நான் ஞானமடைந்துவிட்டேன் என ஒரு ஞானி கூச்சலிட மாட்டான்.

உங்கள் எதிரி யார்? நண்பன் யார்?

நான் போராடுவது மரணத்தோடோ தர்மத்தோடோ அல்ல காலத்தோடு. காலமே என் நண்பனும் எதிரியும் ஆனவன். அவனே சாஸ்வதமானவன்.

இப்போது யட்சன் தளர்ந்துவிட்டான்

"போதும். உம்மவரை நான் திருப்பித் தருகிறேன். அழைத்துச் செல்லும்."

யட்சனுக்குக் கொடையளிக்கும் மகிழ்வைக் கொடுக்க விரும்பினேன்.

"அறிந்தவன் அறியாதவனாய் அறியத் தருவது அறியாமையல்ல யட்சா."

ஐவரும் குடிலுக்குத் திரும்பினோம்.

கலகம்
செப்டம்பர்-2023

தானட்டோஸ்

பின்னால் இருந்து அவன் சொன்னான். போ போய்ப் பேசு. என்னால் முடியவில்லை ஒரு தயக்கம். அவள் கொஞ்சம் மெதுவாக நடக்கத் தொடங்கினாள். என்னை அவளை நோக்கி அவன் உந்தித் தள்ளிவிட்டான். சாலையில் யாரும் இல்லை. நான் சட்டென ஆழத்துக்குள் விழுந்தேன். அவன் என்னைத் தாங்கிக்கொண்டான். கரையேறி மேலே வந்தபோது அவளைக் காணவில்லை. அவன் என்னை மௌனமாய்ப் பார்த்தான். நான் அறைக்குள் வந்து என் கைகளைக் காயப்படுத்திக் கொண்டேன். அவன் என் ரத்தத்தைக் கண்டதும் உற்சாகப்படுத்திக் கத்தி கைகளைத் தட்டி ஊக்கப்படுத்தினான். ரத்தம் வழிந்து என் கைகள் சிவப்பானது. அடுத்த கையையும் காயப்படுத்த முனைந்தபோது இன்னொரு நாள் வைத்துக்கொள்ளலாம் என்று தடுத்தான் தானட்டோஸ்.

தானட்டோஸ். அவனுக்கு அந்தப் பெயர் வைத்தது நான்தான்.

***

விபத்து முடிந்து எனக்கு நினைவு திரும்பியபோது மருத்துவமனையில் என் கட்டிலின் பின்பக்கம் அவன் நின்றுகொண்டிருந்தான். நான் முழித்ததைப் பார்த்ததும் சிரித்தான். பிறகு நினைவு தப்பிவிட்டது. அந்த மருத்துவமனையில் இருந்த மூன்று மாதங்கள் என்னுடனேயே எல்லா இடத்திலும்,

உடல் பரிசோதனைகளுக்கு, ஊசிகளுக்கு, காயங்களுக்கு மருந்திடுவதற்கு, கட்டு பிரிப்பதற்கு, மாவுக்கட்டை உடைப்பதற்கு, கழிவறை செல்வதற்கு என எல்லாவற்றிற்கும் உடனிருந்தான்.

நான் நடந்து போகும்போதெல்லாம் என் பின்புறம் அல்லது அருகில் அவன் தொடர்வான். இருசக்கர வாகனங்களில் யாருடனாவது போகும்போதும் பின்னாலிருப்பான். பஸ்ஸிலோ அல்லது மற்ற வாகனங்களிலோ போகும்போது பெரும்பாலும் வருவதில்லை.

***

முதல் மாதம் சுத்தமாய் எனக்குப் பேச்சு வரவில்லை. அவன் ஓயாமல் பேசிக்கொண்டிருப்பான். குரல் வெளிவரும் ஏதோ ஒரு நரம்பு முதுகெலும்பில் பட்ட அடியில் பிசகியிருந்தது. அடுத்த மாதம் அவனோடு மட்டும் ஒலியெழுப்பாமல் பேசிக்கொண்டிருந்தேன். பிறகு அது வழக்கமானது.

எனக்குள் மொழியின் சரடு அற்றுவிட்டது. யாரோடும் என்னால் தொடர்புற இயலவில்லை. குரல் எழுப்பும் தசைகளில் பிரச்சினையில்லை. ஒலி வெளிப்படுவதும் குழப்பமில்லை. ஆனால் நினைக்கும் விஷயங்களை வெளிப்படுத்துவதில் ஒரு லயப்பிசகு. சிலவேளைகளில் முற்றிலும் மாறாக எதிர்பொருளில் வெளிப்படுத்திவிடுவேன். கடும் தாகத்தின் போது ஒருமுறை உலர்ந்த ரொட்டியைக் கேட்டதுபோல. தேவைகள் மட்டுமன்றி உணர்வுகளை வெளிப்படுத்துவதிலும் இயலாமை. அவன்தான் சொற்களை எடுத்து நீட்டுவான். அவனும் நானும் பேசிக்கொள்ளும் பாஷை என்னவென வரையறுத்துச் சொல்ல முடியவில்லை. மொழியின் ஆதி வடிவு அல்லது மொழியற்ற மொழி. தேனிக்களும் யானைகளும் பேசிக்கொள்வதைப் போல் ஓர் உணர் மொழி. நாங்கள் எங்கள் முகத்தசைகளை உணர்நீட்சிகள் போலப் பயன்படுத்திக்கொண்டோம்.

இரவுகள் கொடூரமானவை. நள்ளிரவில் அவன் வந்துவிடுவான். பிறகு நீண்ட பேச்சு. நான் அமைதியாய் இருப்பேன். அவன்தான் பேசுவான். என்னால் மொழியின் இயல்பு வழக்குகளுக்குள் சிந்தனையை ஒருங்கிணைக்க முடியவில்லை. நான் மற்றவர்களை விட ஆழங்களில் நடமாடிக்கொண்டிருந்தேன். மாத்திரைகளால்

என்னைத் தூங்க வைக்க முடியவில்லை. வெறும் காட்சிகளால் ஆன ஓர் உலகுக்குள் நானிருந்தேன். உணர்வுகள் அந்த உலகுக்குள் தத்தளித்துக்கொண்டிருந்தன, எதையும் வெளிப்படுத்த முடியாது. எனக்கான வெளிப்பாடுகளுக்கு நான் இறுதியாய் எதையும் அடைய முடியவில்லை. இரவுகள் முடிந்து விடிகாலையில் அவன் விடைபெறுவான். நான் என் மொழியற்ற காட்டில் அனாதரவாய் உழன்றுகொண்டிருப்பேன்.

***

அவள் நேசப்பின் லீலிபுஷ்பம். ஆட்டுக்குட்டியானவள். அவள் அமர்ந்திருக்கும் இடமெல்லாம் நேசத்தின் வாசனை வீசும். வெறுப்பின் எந்தக் குளிரிலும் அணையாது மென் வெப்பமூட்டும் அவள் சுவாசம். அவள் பளிங்கின் தூய்மையானவள். எல்லா அழுக்குகளுக்கும் ஔடதமாகும் அபூர்வக் காட்டுப்பூ. அவள் ஸ்தனங்கள் கருணையின் வற்றா ஊற்று. பேதமற்ற உலகின் கடைசிக் குழந்தை. பிரபஞ்சம் தோன்றிய கணத்தின் ஒரு காலத் துகளில் அவள் எனெக்கென நிர்ணயம் செய்யப்பட்டாள். மனிதர்கள் தோன்றுவதற்கு முந்தைய ஆதியின் ஊழ். காற்றிலும் நீரிலும் நெருப்பிலும் உழன்றடித்து குலைந்துகிடந்த என்னிடம் அவள் பெருவெடிப்பின் போது நிர்ணயிக்கப்பட்ட காலத்தில் வந்தடைந்தாள். எனக்குள் எல்லாம் அடங்கி ஓர் அமைதி குடிகொண்டது. அவள் பெயர் காதல்.

***

அப்போது உருக்குலைப்பின் போதை என்னை ஆட்கொண்டிருந்தது. கைகள் ஏதேனும் காகிதத்தைக் கொண்டு ஓர் உருவம் செய்து அதைக் கிழித்தெறிந்து விளையாடிக்கொண்டிருந்தது. நடந்து போகையில் தென்படும் செடி கொடிகளின் இலைகளைக் கிள்ளிக் கசக்கி எறிந்துகொண்டிருந்தது. ஆக்கி அழித்து ஒரு விளையாட்டு. அறிந்தவர்களிடம் இதையே செய்துகொண்டிருக்கிறேன். அம்மாவும் தங்கையும் என்னை விட்டுவிட்டார்கள். அதாவது நான் அவர்களை விட்டு விலகிவிட்டேன். கூட இருந்திருந்தால் என்ன ஆகியிருக்கும் என யூகிக்க முடியவில்லை. அன்று நல்ல மழை. நான் வழக்கம்போல் பிந்தி எழுந்து என் அறைக்கு வெளிப்புற முற்றத்துக்குச் சென்றேன். தானாய் வளர்ந்திருந்த

ரோஜாச் செடியில் சிவப்பு ரோஜா பூத்திருந்தது. நான் அதை மெல்லப் பறித்தேன். ரோஜாப்பூ கீழே இதழ் இதழாய்ப் பிரிந்து கிடந்தது. நான் கால்களால் மீண்டும் மீண்டும் தேய்த்து தேய்த்து அதன் வசீகரத்தைப் பிரித்தேன்.

***

அன்று விடிகாலையில் தலைமீது ஏதோ சுற்றுவதைப்போல் தோன்றி விழித்தேன். கையளவே உருவம் கொண்ட சம்மனசுகள் தலைமீது வட்டமிட்டுப் பறந்துகொண்டிருந்தன. இந்தப் பக்கம் பார்த்தால் அந்தப் பக்கமும் வலப் பக்கம் பார்த்தால் இடப் பக்கமும் மாறி மாறித் தாவியும் தத்தியும் பறந்து விளையாடின. தேனியைப் போலொரு ரீங்காரக் குரல். அவை என் தலையைச் சுற்றிப் பறந்து ஒரு பாடலைப் பாடின. அது நான் என் பழைய பள்ளத்தாக்கில் கேட்ட குழந்தைப் பாடல். என் தலை ஒருமுறை உதறியது. சட்டென என் முகம் கோரமாக மாறியதை நான் கவனித்தேன். சம்மனசுகளில் ஒன்று என் முகத்தைக் கண்டு பயந்து ஓலம்போலும் ஒரு அபயக்குரல் எழுப்பியது. மற்ற சம்மனசுகள் ஓடி வந்து பீதியில் கத்திய சம்மனசை அரவணைத்துக் கொண்டு அதைத் தேற்றும் விதமாக ஓர் அரைவட்ட நிலைக்குச் சுற்றி வந்து நின்றன. பிறகு எல்லாமுமாய் ஒரு மெல்லிய நடன அசைவைத் தொடங்கின. முதல் சம்மனசு ஆட இரண்டாம் சம்மனசு ஆடிப்பாட அந்த வரிசை அப்படி விட்டு விட்டு அலைபோல ஏறி இறங்கியது. ஒரு மணிநேர நடனத்தில் வரிசை மாறிக் குரல் மாற்றி சிறகுகளை வெவ்வேறு விதமாய் அசைத்து ஒளித்துகள்களாய்த் தலையைச் சுற்றி அலைந்தன சம்மனசுகள். கையளவு சம்மனசுகளைப் பார்க்கப் பார்க்க ஒரு பரவசம். அதிலொன்று என் காதுக்குள் வந்து தானட்டோஸ் என்றது. பிறகு எல்லா சம்மனசுகளும் ஒன்றுகூடி பளிச்சென மின்னல் வெட்டப் புன்னகைத்துப் பறந்தன.

***

அவன் என்னை அந்தப் புகைக்கூடத்துக்கு அழைத்துச் சென்றான். மங்கிய ஊதா வெளிச்சம் ஓர் அறையில். மற்றொன்றில் புற ஊதா ஒளி. முதல் அறையைக் கடந்து புகைக்குள் நுழைந்து அடுத்த அறைக்குள் நுழைந்தோம்.

அப்போதுதான் அங்கு ஆட்கள் இருப்பதைக் கண்டேன். அவனைக் காணவில்லை. இரண்டு அறைக்கும் நடுவிலிருந்த அகச்சிவப்பு ஒளி நிறைந்த சின்ன அறைக்குள் புகுந்து சற்று நேரம் கழித்து வெளியே வந்தான். அங்கிருந்தவர்கள் விதவிதமான நிலைகளில் வெவ்வேறு உடல்மொழிகளில் பேசிக்கொண்டிருந்தார்கள். நான் வியந்து போகும் படிக்கு அவர்கள் பேசியது எனக்குப் புரிந்திருந்தது. என்னால் அழுகையைக் கட்டுப்படுத்த முடியவில்லை. எனக்குப் புரிகிறது என்பதை அவர்களுக்குக் காட்ட விழைந்தேன். தரையில் அமர்ந்து வெறித்துக்கொண்டிருந்த மத்திம வயது நபரிடம் போனேன். என்னைப் பார்த்துச் சிரித்தார். நானும் சிரித்தேன். எதுவும் பேசிக்கொள்ளவில்லை. நெடுநேரம் சிரித்துக் கொண்டேயிருந்தோம். என் கண்களில் கண்ணீர் வழிய நான் குலுங்கிக் குலுங்கிச் சிரித்தேன்.

அறை முழுக்க நடந்து திரிந்துகொண்டிருந்தான் ஒருவன். அவனது தகப்பன் மீது கோபம் கொண்டு சுற்றியலைவதை அவன் சொல்லாமலேயே என்னால் புரிந்துகொள்ள முடிந்தது. நானவனை ஆற்றுப்படுத்தினேன். அந்த அறையில் எல்லோரும் பேசும் பாஷை எனக்குப் புரிந்தது. அது எந்த மொழி என்று எனக்குத் தெரியவில்லை. அவர்கள் அகச்சிவப்பு அறைக்குள் நுழைந்து வெளியேறிய பின் இப்படியான மொழியோடு வருகிறார்கள் என அறிந்தேன். நான் அந்த அறைக்குள் நுழையாமலேயே என்னால் அவர்களின் குரல்களைக் கேட்க முடிந்தது. புற ஊதா ஒளி அறையின் கிழக்கு ஓரத்தில் மூலையில் அமர்ந்து அழுதுகொண்டிருந்தான் ஒருவன். ஓடி அருகில் போய் அவனை மடியில் கிடத்தித் தலைகோதினேன். அவன் கதையை எனக்குச் சொன்னான். நான் ஆறுதலளித்தேன். அவன் அம்மாவைத் தேடிக்கொண்டிருந்தான். ஏதோவொரு திருவிழாவில் அம்மாவைத் தொலைத்த குழந்தை அது. ஆறடி இருந்த அவன் தன்னை இரண்டடியாகச் சுருக்கிக்கொண்டான். மா ம்மா என்று அவன் நாக்கு மிழற்றிக் கொண்டேயிருந்தது. சற்று நேரத்தில் சோர்ந்து பின் மீண்டும் அகச்சிவப்பு அறைக்குள் பிரவேசித்தான். எனக்கு அந்த இடம் அந்நியமாகத் தோன்றவில்லை. அங்கிருப்பவர்களை என்னால் முழுமையாக அறிந்துகொள்ள முடிந்தது. அவர்கள் மேல் காரணமில்லாத நேசம் பொங்கி வழிந்தது. எல்லோரையும் அணைத்துக்கொள்ள

மனம் துடித்தது. நான் அங்கு அவனில்லாமலும் அவ்வப்போது சென்று வந்தேன். அகச் சிவப்பு ஒளி என்மீது படவில்லை.

***

அவள் என்னை நெருங்கிக் கொண்டேயிருந்தாள். நான் நகர்ந்துகொண்டேயிருந்தேன். அவள் காதலைச் சொன்னாள். அவளிடம் அப்போது ஈர்ப்பில்லை. உன்னை நேசிக்க என்னை அனுமதிப்பாயா என்றவள் கேட்டாள். அவள் என்னை முத்தமிட்டாள் நான் அமைதியாய் அனுமதித்தேன். நாங்கள் கூடினோம். மெல்ல என்னை அவள் ஆக்கிரமிக்கத் தொடங்கினாள். அன்றாட வேலைகளில் தொந்தரிக்கத் தொடங்கினாள். அவளைக் காணாத நாள்களில் கொதித்து நொதித்து வெந்து கிடந்தேன். அவள் உடல் பொருள் ஆன்மா எல்லாம் எனதாய் உருவகித்தேன். என்னிடம் அவள் வந்தபோதெல்லாம் அவளை நான்கு திசைகளில் இருந்தும் இறுக்கினேன். அவளுக்கு மூச்சு முட்டியது. நான் இன்னும் இன்னும் சிறைப்படுத்தினேன். அவள் சுவாசம் விடத் தவித்தாள். அவள் உறவுகளிடம் சொல்லி அழுதாள். நான் மிருகமானேன். ஒருவேளை நான் இறந்துபோனால் கூட நீ என் உடலில் விழுந்து அழு. இறந்துகிடக்கும் என் கைகள் உன்னை அணைத்து ஆறுதல் சொல்லும். என்னைத் தவிர நீ யாரிடமும் அழக்கூடாது என்றேன். அவள் முகம் பேயறைந்ததுபோல் ஆனது.

***

அன்று அந்த அரங்கிற்குள் ஏன் நுழைந்தேன் என மறந்துபோனது. ஐநூறுக்கும் மேற்பட்டவர்கள் இருந்த அரங்கம். நான் அதனுள்ளே நுழைந்ததும் இருட்டான மூலையைத் தேடி அமர்ந்தேன். வெளிச்சமும் கூட்டமும் எனக்கு ஒவ்வாமையைத் தந்து கொண்டிருந்தது.. ஏதேதோ நிகழ்வுகள் அங்கு நடந்தேறின. நான் அசைவற்றிருந்தேன். திடீரென என் பேச்சைக் கேட்காமல் என் உடல் எழுந்து அந்த அரங்கத்தின் மையத்திற்கு ஓடியது. பெரும் கைத்தட்டல் சத்தம் கேட்டது. நான் எல்லோருக்கும் குனிந்து வணக்கம் வைத்துவிட்டு வெளியேறினேன். வெளியே வெட்டவெளி அரங்கு. அதேயளவு கூட்டம். வெளிச்சத்திற்குப் பதில் இருட்டு. நான் அரங்கின் மையத்தில். ஒருவன் இருக்கையிலிருந்து எழுந்து வந்தான். என்னைப் பார்த்துக்

கைக்கொட்டிச் சிரித்தான். பிறகு இருவர். மூவர். நால்வர். ஐவர். மொத்தக் கூட்டமும் என்னைச் சுற்றிக் கைகொட்டிச் சிரித்தது. நான் சுற்றுமுற்றும் அவளைத் தேடினேன். காணவில்லை. கூட்டம் சிரித்துக் கொண்டே என்னை நெருக்கியது. முன்னே பின்னே அலைக்கழிந்து எப்படியோ தப்பி ஓடினேன். இப்போது வேறொரு அரங்கம் நிலத்துக்குச் சற்று மேலே. நான் அதில் தைரியமாய் ஏறினேன். அந்தரத்தில் தொங்கிக்கொண்டிருக்கும் தொங்கு அரங்கம்.அரங்கம் கைத்தட்டி வரவேற்றது. எனக்கு அந்த அரங்கைக் கட்டுப்படுத்தத் தெரிந்திருந்தது. என் கையசைவில் பார்வையாளர்கள் காந்தத்தில் ஒட்டும் குன்டூசியைப்போல் அசைந்தனர். நான் மிதந்துகொண்டு சில வித்தைகள் காட்டினேன் அவர்கள் யாருக்கும் என் வித்தைகள் புரியவில்லை. ஆனால் அதிசயித்து வாய்பிளந்து பார்த்தனர். என் கையசைவில் நான் எதிர்பார்க்கும் எதிர்வினைகளைக் கூட்டம் ஆற்றியது. கைகளை உயர்த்தினால் உடனே யோசனையின்றி ஆர்ப்பரித்து. நான் என் அரங்கை அன்று கண்டேன்

***

அவள் ஒரு நீண்ட கயிறோடு பதற்றமாக ஓடி வந்தாள். நான் கிணற்றுக்குள் அடியாழத்தில் கிடந்தேன். விஷவாயு போன்ற துர்நாற்றம் கிணற்றிலிருந்து வீசிக்கொண்டிருந்தது. கயிறைப் பிடித்து மேலே வாவென்று கெஞ்சிக்கொண்டிருந்தாள். நான் அது ஏதோ ஆடம்பர வாசஸ்தலம் போல சாய்வாக உட்கார்ந்திருந்தேன். அவளது கதறல் கிணற்றின் சுவர்களில் எதிரொலித்தது. கயிறு என் கைகளின் முன்னே ஆடிக்கொண்டேயிருந்தது. நான் சற்றைக்கெல்லாம் சுகமாக உறங்க ஆரம்பித்தேன்.அவள் விடாமல் என்னை எழுப்பிக்கொண்டிருத்தாள். நினைவின் தூரத்தில் தீனமாக அவள் குரல் கேட்டு என் கைகள் என்னையறியாமல் கயிறைப் பற்றின. முழிப்பு வந்து பார்த்ததும் நான் ஒரு கட்டிலில் கிடந்தேன். இளநீர் மணம். நான் குளிர்ந்து கிடந்தேன். கயிறு ஓரத்தில் தூங்கிக்கொண்டிருந்தது. கட்டிலிலிருந்து கீழே இறங்க முனைந்தபோது ஆழத்திலிருந்து சமதளத்திற்கு வந்ததால் கால்கள் தடுமாறின. அவளைக் காணவில்லை.

***

நீண்ட இடைவெளிக்குப் பிறகு தானட்டோஸ் வந்தான். என்னை ஒரு இடத்துக்கு அழைத்தான். இருட்டு பாதாள உள்ளறை. வெவ்வேறு வண்ணங்களில் மேஜை நாற்காலிகள் அந்த அறைக்குள். அறுவர் நால்வர் இருவர் என இரட்டை இலக்க எண்ணிக்கையில் நபர்கள் மேசைகளின் முன் அமர்ந்திருந்தனர். மேசையிலிருந்த கோப்பைகளில் பிரவுன் நிறத் திரவம் நிரப்பப்பட்டிருந்தது. கண்களைக் கசக்கிப் பார்த்தால் ஒவ்வொரு கோப்பையிலும் ஒவ்வொரு நிற திரவம். ஒவ்வொரு நபரின் மனநிலைக்கும் அந்தத் திரவங்களின் நிறத்துக்கும் சம்பந்தம் இருப்பதாகப் பட்டது. அதனதன் தன்மையிலும். பொங்கி வழிந்த திரவம் உற்சாகத்தைச் சொன்னது. ரத்த வண்ணத் திரவம் நோய்மையை, ஊதா வண்ணத் திரவம் சோகத்தை, பச்சை வண்ணம் நிறைவேறா காமத்தை, மஞ்சள் பித்தும் பகையுமான ஓர்மையை. எனக்குச் சொந்த உணர்சிகளைப் பிரதிபலிக்கும் அந்த திரவங்களின் நிறத் தோற்றம் பெரும் வியப்பைத் தந்தது. நபர்களின் முன் இருக்கும் ஒரே கோப்பை அடுத்தவர் முன் நகர்ந்தால் அதன் முன்னிருக்கும் அந்த நபரின் மனநிலைக்குத் தக்க நிறம் மாறுவது என் கண்களுக்குத் தெரிந்தது. என் முன்னே ஒரு கோப்பையை வைத்தார்கள். முதலில் சிவப்பு வண்ணத்தில் தோன்றிய என் கோப்பை மெல்ல நிறம் மாறியது ஒரு நிமிடத்துக்கு ஒரு நிறம் அடுத்த நிமிடம் வேறு நிறம். சில நேரம் மாறாமல் ஒரே நிறம். நான் எதிர்பார்க்காத நொடியில் வேறு வண்ணம். என்னால் ஒரு நிலைக்கு வர முடியவில்லை. நான் கோபத்தில் கோப்பையைத் தட்டிவிட்டேன் ஒன்றல்ல மூன்றுமுறை. அவன் என்னை முறைத்தான். அறைக்கு வெளியே என்னை அழைத்து வந்து காத்திருக்கச் சொன்னான். அன்று இரவு முழுக்க நான் வாசலில் காத்திருந்தேன். தானட்டோஸ் வரவில்லை. அதிகாலையில் நான் தூங்கி வழிந்து அறை சேர்ந்தபோது அங்கே ஒரு கோப்பையோடு அமர்ந்திருந்தான். அந்தக் கோப்பையில் இருந்த திரவம் கருப்பு நிறத்தில் அசைவாடிக்கொண்டிருந்தது.

***

ஆயிரம் யானைகள் ஊர்வலம் வர நான் நடுவில் அடியெடுத்து வந்துகொண்டிருக்கிறேன். கூட்டத்தில் நின்ற அவள் என்னை நோக்கிச் சிரிக்கிறாள். நான் யானைகளைப் பார்த்து நிற்க என சைகை செய்கிறேன். ஆயிரம் யானைகள் என் ஒற்றைக்

கையசைவுக்குக் கட்டுப்படுவதைக் கூட்டம் வேடிக்கை பார்க்கிறது. அவளை நோக்கிச் சென்று வாரியணைத்து என்னருகில் நிறுத்துகிறேன். யானைகள் எல்லாம் ஒரே நேரத்தில் பிளிறுகின்றன. ஊரே அதிர்கிறது. நான் கையசைக்க ஊர்வலம் மீண்டும் தொடர்கிறது. நான்கு வாயில்கள் கொண்ட பெரும் அரண்மனை எங்களை வரவேற்கிறது. ஆயிரம் யானைகள் மனையைச் சுற்றி அரண் செய்கின்றன. நாங்கள் பூக்களால் நிரப்பப்பட்ட பூப்பாதைகளில் நடந்து மனைக்குள் நுழைகிறோம். யானைகள் மீண்டும் ஒருமுறை பிளிறுகின்றன. ஊர் அதிர்கிறது.

***

நான் எப்போது குரல்களைக் கேட்க ஆரம்பித்தேன். இதெல்லாம் எப்படி ஆரம்பித்தது. மற்றவர்களிடமிருந்து நான் அறுபடத் தொடங்கியது எப்போது. இரவவெல்லாம் காட்சிகளில்லாமல் ஒலிகளான கனவுகள் என்னைத் துரத்தின. ஒரு திரைப்படத்தின் உச்சக் காட்சியில் பொங்கிப் பிரவகிக்கும் பின்னணி இசை சட்டென நிற்கும் தருணம்போல் ஒரு நொடிக் குரல்கள் அமைதியாயின. ஒரு குரல். “உன் உடலில் கொஞ்ச நாள்கள் நான் வசிப்பதற்கு என்னை அனுமதிப்பாயா” என்றது. “வேண்டாம்” என்றேன். அது ஓங்கி அழுதது. மெல்லக் காட்சிகள் தோன்ற ஆரம்பித்தன. ஒரு முகம். அது தானட்டோஸ். அப்போதுதான் அவன் முகத்தை ஏறிட்டேன். அது புவனேஷ். என்னோடு விபத்தில் சிக்கிய புவனேஷ். அந்த விபத்துக்குப் பிறகு நான் புவனேஷைப் பார்க்கவில்லை. அவன் குடும்பம் வேறிடம் மாறிப் போய்விட்டதாய் அம்மா சொல்லியிருந்தாள். என் காதுகள் விடைத்தன. கண்கள் சுருங்கி விரிந்தன. தானட்டோஸ் தூரத்தில் மெல்லப் புள்ளியாய் மறைந்தான். அவன் முகம் இனி அவன் வரப்போவதில்லை என்பதாகக் காட்டியது. அவளும் நானும் கைகளைக் கோர்த்தபடிக்கு வெகுதூரம் அவன் மறைவதுவரை பார்த்துக்கொண்டேயிருந்தோம்.

நீலம்

ஏப்ரல்-2023

லாமா சபத்ஹனி

நிழல் சிற்பங்கள் என்னைச் சுற்றிலும் பரத்திக் கிடந்தன. மௌன நாட்டியத்தின் கலையாடிகள் ஒப்பனை அறையில் சிரித்துப் பேசிக்கொண்டே ஒத்திகையின் பகுதிகளை நிகழ்த்திக்கொண்டார்கள். பெரும் திரைச்சீலைகள் அரங்கின் ஒவ்வொரு மூலையிலும் தொங்கிக்கொண்டிருந்தன. அரங்கின் ஓரத்தில் உடைந்த அலுமினியப் பானைகளில் காகிதக் கூழ் நிரம்பியிருக்க நான் நினைவிலிருந்த ஒவ்வொரு முகங்களின் நிழல்களையும் காகிதக் கூழில் ஏற்றிக் கொண்டிருந்தேன். என்னைச் சுற்றிலும் முகங்கள் நிகழ்ந்துகொண்டிருந்தன. நிழல் முகங்கள்.

'உடல்களே உங்களுக்குள் எத்தனை அரூப உடல்கள். நிலங்களே உங்களுக்குள் எத்தனை கதைகள்!' நாங்கள் நிலம் நிலமாகப் பெயர்ந்துகொண்டேயிருந்தோம். எங்கெல்லாம் பெயர்ந்தோமோ அங்கெல்லாம் நாங்கள் சுரை விதைகளை நட்டுக்கொண்டே வந்தோம் அவை முளைவிடும் என நம்பினோம். முன்னொரு காலத்தின் வண்டிப்பாதைகளை நாங்கள் மீளக் கண்டடைந்தோம். முகங்கள்... முகங்கள்... அவற்றின் பாவனைகள்... அவற்றின் பாடல்கள்... அவற்றின் கதைகள்... என்னை மயக்கின. நான் எல்லா இடத்திலும் முகங்களைப் பார்க்கத்தொடங்கினேன். அது முதலில் விளையாட்டாகி, பழக்கமாகி, கலையாகி, வாழ்க்கையாகியது.

தொங்கு திரைகளால் கலையாடிகள் மூடப்பட்டு ஒரு காட்சி அரங்கேறிக்கொண்டிருந்தது. ட்ரேப்பரி உத்தியை மிகச் சரியாகப் பயன்படுத்திக்கொண்டிருந்தான் நெறியாளன். அது நான் கல்வி இடை நின்றதும் வந்து சேர்ந்த குழு. தேரிக்காடுகளிலும் இருண்ட கிராமங்களிலும் மென்புல வன்புல நிலங்களிலெல்லாம் கலையாட்டின் சாயல்களை அந்தக் குழு கடத்திக்கொண்டே சென்றது. உடல்கள் பேசும், முகங்கள் நடனமிடும், அந்த அரங்கின் வினோதமே என்னை அதில் பங்கெடுக்க வைத்தது. நான் அதில் சேர்ந்து ஆறு மாதத்தில் காகிதக் கூழ் முகமூடிகளை உருவாக்கப் பயிற்றுவிக்கப்பட்டிருந்தேன்.

நிலத்தின் நிறத்திற்கு உடல்களை மாற்றும் கலையைக் குழு பயிற்சி செய்துகொண்டிருந்த நாளில் நான் முகமூடிகளைக் காய வைக்க அந்த ஊர் எல்லையில் பாறைக்குன்றின் மீது அமர்ந்திருந்தேன். மானாவாரி நிலத்தின் வெயில். அடுத்த மாதம் வரை இந்த ஊர்தான் அடைக்கலம். கருத்த பாறைகளில் வெள்ளை முகமூடிகள். நான் அந்த முகங்களை வரிசையாய் அடுக்கி வைத்திருந்தேன். அப்போதுதான் கவனித்தேன். அவை வெறும் முகங்களல்ல எனக்கு மிகவும் பரிச்சயமான ஆட்கள். என் தெரு, என் ஊர் மக்கள். அதோ வலது மூலையினுள் இருக்கும் முகம் என் அண்ணனுடையது. இந்தக் கீழ் வரிசை முகம் என் மாமாவுடையது. நான் என் ஊரை அந்தப் பாறையில் செய்து காய வைத்திருக்கிறேன். இறந்துபோன என் உறவுகளைத் திரும்ப உயிர்ப்பித்திருக்கிறேன். அதோ வலக்கைப் பக்கம் இருக்கிறதே அது மலக்குழியில் செத்துப் போன என் சித்தப்பனின் முகம். இதோ இங்கே சின்ன வயதில் பசியில் செத்துப்போன என் தங்கையின் முகம். நான் காற்றைக் கவனித்தேன். அது உயரத்தில் சுழன்றுகொண்டிருந்தது. ஆங்காங்கே புதர்கள் மண்டியிருந்த அந்தப் பாறைக் கூட்டத்தில் மண்திட்டுகள், நீர்தேக்கப் பள்ளங்கள் நிரம்பியிருக்க உச்சிக்கு அருகில் ஒரு மேடை போல் இருந்த சமப்பரப்புப் பாறையின் கீழ் வரிசையாய்ப் புற்செடிகள் நின்றிருந்தன. அது ஓர் அரங்காக மாறியது. நான் காய்ந்த முகங்களை ஒவ்வொரு செடியிலும் மாட்டிவைத்தேன். சிறிய காற்று வீசும்போதெல்லாம் காகித முகங்கள் ஆடின. பேசின. நடித்தன. அழுதன. ஓலமிட்டன. அரங்கேற்றம் முடிந்ததும் நான் உச்சியின் சிலுவை பீடத்தில்

சற்று நேரம் அமர்ந்து முகங்களை ஒன்றன் மேல் ஒன்றாய் அடுக்கிக் கூடத்துக்குத் திரும்பினேன்.

ஒத்திகை முடிந்த முகங்களைத்தான் நான் கலையாடிகளுக்குத் தருவேன் என அவர்களுக்குத் தெரியாது. நான் அவர்கள் முகங்களில் என் ஊர் மக்களைப் பார்த்துக்கொண்டிருக்கிறேன் என்பதும்தான். தேசச் சிக்கல்களின் துயர்களை, ஏழ்மையின் அவஸ்தைகளை, நிலங்களின் அழுகையை, இழப்பின் சூதுகளை நாங்கள் ஊர் ஊராய் முகங்களைக் கொண்டும் உடல்களைக் கொண்டும் பிரகடனம் செய்துகொண்டிருந்தோம். மனிதப் பாவனைகளை எங்களுக்குள் கண்ணாடிப் பயிற்சியில் கற்றுக்கொள்வோம். மிருகங்கள்... ஊர்வன, தவழ்வன, பறப்பன யாவற்றையும் பிரதி செய்ய உடலைப் பழக்கிக்கொள்ளும் பயிற்சிகள் நடைபெறும். சுற்றி நாங்கள் பத்துபேரும் வட்டமாய்ப் படுத்துக்கிடக்க நடுவே ஒரு பல்லியை விட்டுவிட்டு ஒரு நாள் முழுக்க அதையே உற்றுக் கவனிப்போம். நாள் முடிவில் நாங்கள் எல்லோரும் பல்லிகளைப் போல உடல்மொழியை மாற்றிக்கொள்வோம். ஒரு வாரம் பல்லி, தேள், நண்டு, தொட்டி மீன், தவளை, ஆடு, பூனை, நாய், மாடு, ஒருமுறை பாம்புகூட எங்களுக்கு ஆசானாய் இருந்திருக்கிறது.

நாங்கள் பானைகளுக்குள் உறங்கி கோணிகளுக்குள் விழித்தெழுந்த அன்றொரு நாளில் திடீரென ஓங்கி ஒலித்தது பறைச் சத்தம். நெறியாளனும் அவன் சகோதரனுமானவனும் உன்மத்தம் கொண்டு ஆடிக்கொண்டிருந்தனர். சாதாரண மதுவின் ஆட்டம் அல்ல அது. அன்று அவர்களுக்குள் ஏதோ இறங்கியிருந்தது. அவர்களின் கண்கள் மேல் நோக்கி நிலைகுத்தி நின்றிருந்தன. மூத்தவன் ஏதோ பிதற்றினான். அவன் வாயினோரம் கோழை வடிந்தது. நெறியாளன் இளையவன் கதறி அழுதபடியே ஆடிக்கொண்டிருந்தான் மிகத் துல்லியமான தாள அசைவுகளுடன். நாங்கள் பத்து பேர் சுற்றி நின்றோம். அடுத்த நொடி ஒரு பெரும் நடனம் எல்லோர் கால்களையும் ஆட்டுவித்தது. உன்மத்தம் உன்மத்தம் எங்கும் உன்மத்தம் வழிந்தோடியது. அதைக் கலை என்றான் இளையவன். இந்த உன்மத்தத்தை அடைவதே உச்சம் அதைத் தக்கவைப்பதே வாழ்வு என்றான் மூத்தவன். நாங்கள் காற்று வெளியின் கரங்களில் சத்தியம் செய்து உறுதி ஏற்றோம்.

கலையாடிகளின் உடலுக்குள் எல்லா வாதைகளையும் ஏற்றிக் கொண்டேயிருந்தான் நெறியாளன். அவன் அதில் நிபுணன். கலையாடிகள் தங்கள் உடல்களைக் கோப்பைகளாக்கி அவனது பானங்களைத் தாங்கி நின்றார்கள். பாம்புகளாகி மகுடிக்கு அடங்கி நின்றனர். நான் இடைநின்றபிறகு பிரிந்திருந்த ஊரை நான் பார்த்துக்கொண்டேயிருந்தேன். அரங்கின் கதைகளெல்லாம் என் கதைகள். அரங்கின் அவஸ்தையெல்லாம் என் அவஸ்தை.

சுற்றிலும் கண்ணுக்குப் புலனாகா எல்லைகளற்ற ஒரு வெளி. அதற்குள் சில உடல்கள். முகங்களுக்குப் பதில் மூடிகள். தோல் கூட நடிக்கும் பயிற்சி கொண்ட கலையாடிகள். நடிகன் மாடாக நிற்கும்போது அவனைக் கொசு கடித்தால் கையால் அடிப்பதில்லை. தோலைச் சுருக்கிக் கொசுவைக் கொன்றுபோடுவான். நான் அரங்கக் கலையின் வகைமைகளைக் கேள்வியுற்றிருக்கிறேன். ஆனால், இது உள்ளின் கீழ் அடுக்கிலிருந்து, வரலாற்றின் சுவடுகளிலிருந்து எழும் கலை. நிலம் ரத்தம் குரல் எல்லாம் ஒரே நேர்க்கோட்டில் வரும்போது நிகழக் கூடியது. சில வேளைகளில் ஒத்திகைகளே உக்கிரமாக இருக்கும். குழுவின் அங்கமான நாங்கள் எல்லோரும் உடல்கள் வேறாகவும் ஆவியில் ஒன்றாகவும் இருந்தோம். கலையாட்டு நிகழ்கையில் அதையும் கடந்து ஒரே உடலாக மாறி நிற்போம். கண் மூக்கு நாக்கு மெய் செவி எல்லாம் ஒன்றாகப் பின்னிப் பிணைந்து பாம்புக் குவியல் போல. ஆதி நடனம். வெறியாட்டு. கலையாட்டு. நாடகம். கூத்து. அரங்கம்.

அணங்குகளை உடலில் ஏற்றி விளையாடும் வெறியாட்டு போல அந்த கலையாட்டின் வடிவம் அமைக்கப்பட்டிருந்தது. ஆதிக்குடிகளின் தொன்மச் சடங்கின் அதே லயம். புலன்களை அல்லாமல் உயிரை நேரடியாகத் தாக்கும் அதிர்வு. ஒரே சீரான ராணுவ கவாத்தின் ஒத்ததிர்வைப் பார்வையாளர்கள் உணரும் அபூர்வக் களம். அழுக்கு நிற ஒப்பனை, கோணி நிற உடைகள், புழுதி படிந்த உடல்கள், ஆயிரமாண்டுக்கு முந்தியிருந்த இசை, இருளிலிருந்து கசியும் சிறு ஒளி, கேவலும் கூக்குரலுமாய்ப் பின்னணிக் குரல்கள். பத்து நிமிடம் இந்தச் சூழலில் ஒரு உடல் அமர்ந்துவிட்டால் அது இந்த அரங்கின் அங்கமாகிவிடும். பத்து நிமிடங்கள். பத்து நிமிடங்களை ஒப்புக் கொடுக்க வேண்டும்.

ஆனால் அதற்கு அன்று அணங்குகளின் ஆசி வேண்டும். ஒரு நடிகரின் சிறு பிசகு கூட ஆசியைக் கரைத்துவிடும்.

அன்று ஒரு கும்பல் கலையாட்டு நிலத்துக்குள் பிரவேசித்தார்கள். என் உள்ளுணர்வு எதையோ முன்னுணர்ந்தது. நிகழ்வின் தொடக்கத்திலிருந்தே நெறியாளன் ஒத்திசைவில் ஏதோ பிசகு. கும்பல் கேலிகளைத் தொடங்கிவிட்டிருந்தனர். பிறகு மெல்ல குழுவின் பெண்களைத் தொந்தரவு செய்ய முயன்றார்கள். அன்று கூத்தில் நானுமொரு அங்கமாக அரசன் வேடத்தில் இருக்க வேண்டியிருந்ததால் பார்வையாளர் முகங்களில் கவனம் செலுத்தியிருந்தேன். என் உடல் கலையாட்டின் தாளத்துக்கு ஆடிக்கொண்டிருந்தது. உடல் ஆழ்ந்து லயித்துக்கொண்டிருந்தது. கும்பலின் செய்கைகளை நான் கலையாட்டு முடிவில்தான் கிரகித்துக்கொண்டேன். மூளைக்குள் ரத்தம் கொதித்தது. நரம்புகள் முறுக்கேறிக் கொண்டன. நான் சக கலையாடிகளின் முகங்களைப் பார்த்தேன். அவர்கள் சகிப்பின் பாவனையை முகங்களில் கொண்டுவர முயற்சித்துக்கொண்டிருந்தார்கள். நிகழ்வு முடிந்து ஒப்பனை அறைக்குள் நாங்கள் இருந்தபோது, அந்தப் பன்னிரண்டு பேரும் அத்துமீறி உள்ளே நுழைந்தார்கள். நான் கண்ணிமைக்கும் நொடியில் விளக்கை அணைத்தேன். சிறிது இருளின் இடைவெளியில் ஏதேதோ நடந்தேறியது. நாங்கள் எல்லோரும் அறையிலிருந்து வெளியேறி எங்கள் வசிப்பிடம் அடைந்து வாகனத்தில் வேகவேகமாக ஏற முயல்வதற்குள் தீவட்டிகள் உயர்த்திப் பிடித்த கைகள் இருளுக்குள் முளைத்து எங்களை நோக்கி வந்துகொண்டிருந்தன. கும்பலைத் தலைமையேற்று முன்னே வந்துகொண்டிருந்த மூன்று பேரின் உதடும் முகமும் கிழிந்திருந்தது. ரத்தத்தைத் துடைக்கக் கூட மனமின்றி வந்த அவர்கள் முதல்கட்டமாகக் கைகள் வலிக்கும்வரை முன்வரிசையில் நின்ற எங்கள் நால்வரை அடித்து உதைத்தனர். பின்னே கும்பல் கொந்தளித்துக் கொண்டிருந்தது. கூத்தாடிகளுக்கு இவ்வளவு திமிர் கூடாது என்பதே அவர்களின் மொத்தக் கூச்சலாயிருந்தது.

அதிலொருவன் கத்தினான். 'உங்களில் ஒருவன் மட்டுமே எங்களை அடித்தான் அவனை எங்களுக்குக் கொடுத்துவிட்டு நீங்கள் போகலாம். சிறு சேதாரமும் இல்லாமல். இல்லையென்றால் எங்கள் அனலுக்கு உங்கள் உடல்கள் தீனி.'

குழுவின் இசைக் கலைஞன் கையிலிருந்த தோல் கருவி அவன் கைபட்டு அதிர்ந்தது. அந்தச் சூழலின் அமைதியில் அது பெரும் ஓசையை மலைகளில் எதிரொலித்தது. கழுகு ஒன்று குன்றின் மேல் கத்தியது.

முந்தின இரவில் குழுவில் நாங்கள் எல்லோரும் ஊர்க்கடையில் சேர்ந்தமர்ந்து மதுவோடு உணவருந்தியிருந்தோம். நான் வழக்கத்துக்கு மாறாக அவர்கள் எல்லோரின் கால்களையும் உற்று உற்று பார்த்துக்கொண்டிருந்தேன். மானசீகமாக அவர்களை மன்னித்தேன். மன்னிப்பும் கேட்டேன். ஏனென்று காரணம் விளங்கவில்லை. மூத்தவனும் இளையவனும் என்னைப் பார்த்து ஒரு கணம் காரணமின்றி புன்னகைத்தார்கள்.

முதல் முறை குற்றவுணர்வின் சேவல் கூவியது.

குழு மெல்லப் பின்வாங்கியது. குழுவின் மூத்தவன் என்னைக் கைகாட்டிவிட்டுத் திரும்பிப் பார்க்காமல் வாகனம் நோக்கி நடந்தான். குழு அவன் பின்னே தொடர்ந்தது. 'இங்க பாருடா ராஜா' என்று என்னைப் பார்த்து கைகொட்டிச் சிரித்து கொண்டே ஒப்பனை கலைக்காமல் இருந்த என் கிரீடத்தைக் கையால் தட்டிவிட்டான் முன்வரிசை கும்பல்காரன். பிறகு சற்றுநேரம் இருளும் ஒளியும் என் கண்களில் மாறிமாறித் தோன்றி நீங்கியது. கண்களில் நட்சத்திரமும் நிலவும் சூரியனும் மங்கி மறைந்தபோது என் உடல் அந்தரத்தில் தொங்கிக்கொண்டு எங்கோ போய்க்கொண்டிருப்பதை உணர்ந்தேன்.

இரண்டாம் முறை குற்றத்தின் சேவல் கூவியது.

ஊர்மக்கள் எல்லோரும் கூடிவிட்டார்கள். குழுவில் யாரையும் காணவில்லை. உடன்படிக்கையின் பெட்டி உடைக்கப்படும் சத்தம் கேட்கிறது. தூபவர்க்கத்தின் புகை என் கண்ணை மறைக்கிறது. என் காதைப் பிடித்தபடி அந்த முரடன் கத்துகிறான்.

மூன்றாம் முறை குற்றமே சேவலாகக் கூவுகிறது.

யாரும் என்னுடன் இல்லை. தனியே இருக்கிறேன். இப்போது.. நான் கத்துகிறேன்...

ஏன் ஏன் என்னை...

நான் முகங்களைக் காயவைத்த அந்தப் பாறைக் குன்றுக்கு என்னைத் தூக்கிப் போகிறார்கள். போகும் வழியெல்லாம் முகமெல்லாம் தலைமுடியெல்லாம் முட்கள் கீறுகின்றன. அவர்கள் இருபது பேர் என் பின்னே வருகிறார்கள். வழிநெடுக என்னை அடித்தும் மிதித்தும் வசைகளை இறைத்தும் கூட வருகிறார்கள். என் உடலிலிருந்து ரத்தம் வடிந்துகொண்டேயிருந்தது. என்னுடன் இருந்த என் குழுவில் ஒருவரும் என்னைத் தொடரவில்லை. என்னைக் கீழ்த்தரமாகத் திட்டி உதைக்கிறார்கள். ராசா ராசா கேலி பேசுகிறார்கள். ஒருவன் என் குறியை உதைத்துவிட்டுச் செங்கோல் தகர்ந்தது என்று சிரித்தான்.

பாறைக்குன்றை அடைந்ததும் அவர்கள் கொஞ்சம் தளர்வாய்க் களைப்பு நீக்கிக்கொண்டார்கள். என்னைப் பாறையின் மீது முதுகடிக்க தொப்பெனப் போட்டார்கள். பிரிந்து போய் இரண்டு மூன்று கும்பல்களாய் மது அருந்திக்கொண்டார்கள். குன்றின் காட்டுமரங்களிலிருந்து கிளைகளை வெட்டி எடுத்து ஈட்டி போல ஆயுதங்களைக் கைக்கொண்டார்கள். அங்கிருந்த கள்ளிச் செடியின் முட்களைச் சிலர் கம்புகளில் கோர்த்துக்கொண்டிருக்க இரண்டு பேர் என் உடைகளைத் தேடிக் கொள்ளையிட்டார்கள். எனக்குத் தாகம் எடுத்தது. எல்லாவற்றையும் பார்த்தபடி மெல்ல முனகிக் கொண்டிருந்தேன். ஒருவன் நான் தண்ணி என்று அரற்றியதை வசையாய் மாற்றி என் முகத்தில் சிறுநீர் கழித்தான். வானம் மெல்ல முன் அந்தியை நெருங்கிக்கொண்டிருந்தது.

மது போதையில் கூச்சலிட்டுக் கொண்டே ஒருவன் என்னை நோக்கிக் கெட்டவார்த்தை பேசியபடி ஓடிவந்தான். அந்தக் குன்றின் எல்லா மூலைகளிலும் அவன் கண்கள் எதையோ தேடின. வடிவமற்றுக் கிடந்த ஒரு கல்லைக் கண்டதும் அதை எடுத்துக் கொண்டுவந்து என் வலக்கையைத் தல்லினான். நான் அலற அலற மற்றுமொருவன் அவனோடு சேர்ந்துகொண்டு என் இடக்கையில் ஓங்கி ஓங்கி கையில் கிடைத்த இன்னொரு கல்லால் அடித்துச் சிதைத்தான். கால்கள் இரண்டையும் சேர்த்துக் கட்டி மற்றொருவனும். ஆணியால் அறையப்பட்ட வலியோடு நான் அனற்றிக் கொண்டேயிருந்தேன். என் ஒட்டிய வயிறு கேவலால் நிறைந்திருந்தது. நேற்றைய

இரவின் விருந்து ஞாபகத்துக்கு வந்தது. நான் நெறியாளனை நினைத்துக்கொண்டேன்.

மழை இருட்டு போல் அந்த வெட்டவெளியில் ஒரு அந்தகாரம். சற்று நேரம் அந்தகாரம் மாறி புது விடியல் போல் சூரியன் பிரகாசித்தது. எல்லாம் புதிதாய் எதுவும் நடைபெறாததுபோல். விடியல். வெளிச்சம். எங்கும் புதிய வாசம். அந்தக் குன்றின் உலர்ந்த புற்கள் மலர்ந்தன. காய்ந்திருந்த செடிகள் துளிர்த்தன. பாறையில் மழையின் ஈரப்பதம் படர்ந்தது. சூரியன் புத்தம் புதிதாய் ஒளிர்ந்தது. வெளிச்சம் எங்கும் வெளிச்சம்.

கடைசியாய் என் முகத்துக்கு எதிரே கண்கள் கண்ட அந்தப் பாறையில் யாரோ கொல்கோதா என்று கல்லால் கிறுக்கியிருந்தார்கள்... தூரத்தில் என் காலுக்கு வெகு கீழே வாகனம் கடும் புகையைக் கக்கியபடி கிளம்பியது. இடப்பக்கம் முன்புறம் ஜன்னல் ஓரம் ஒரு முகம் தெரிந்தது. அது யூதாஸ். இடப்பக்கம் பின்புறம் ஒரு முகம். அது நெறியாளன். பாரபாஸ். வாகனம் கிளம்பி சற்றைக்கெல்லாம் அதன் நான்கு ஜன்னல்கள் வழியே காகிதக் கூழ் முகமூடிகள் கிளம்பிப் பறந்து அந்தக் குன்றின் பாறைகளில் யாரோ அடுக்கி வைத்தது போலப் புற்செடிகளில் வரிசையாய்ப் போய் ஒட்டிக்கொண்டன. காற்று வேகமாய் வீசத் தொடங்கியது.

கழிவிரக்கத்தின் கடவுளே இரக்கமாயிரும்

கைவிடுதலின் கடவுளே இரக்கமாயிரும்.

மறுதலித்தலின் கடவுளே இரக்கமாயிரும்.

நவம்பர்-2023

கதைகள்

ஒயின்

"அப்பம் : இது என்னுடைய சரீரம்
திராட்சை ரசம் : இது என்னுடைய இரத்தம்"
–இயேசு கிறிஸ்து

"டேய் அப்பா தவறிட்டாங்க. அதான் ஊருக்கு வந்திருக்கேன். இன்னிக்குப் பதினாறாம் நாள் சடங்கு. உனக்கு இப்பத் தேவலையா?"

"என்னாச்சுடா கருப்பு. ஏதாவது உடம்பு கிடம்பு சரியில்லாம இருந்தாரா?"

"ஆமாடா டி.பி."

"எங்கடா பாத்தீங்க?"

"தஞ்சாவூர் மெடிக்கல் காலேஜிலதான் ட்ரீட்மெண்ட். அஞ்சு வருஷம் முன்னாடி இருந்தே இருக்குடா. டேய் ஒரு நிமிஷம். நான் சாயந்திரமா கூப்பிடட்டா?"

"சரிடா..."

***

கருப்பசாமி கல்லூரியில் உடன் படித்த நண்பன். ஒரத்தநாட்டில் அவர்களது வீட்டின் வெளியே என்னைப் பார்த்து வாங்க தம்பி என்று அழைத்த அப்பாவின் முகம் நினைவில் வந்து மறைந்தது. கல்லூரி நட்புகளில் அவனோடு மட்டுமே தொடர்பிருந்து வருகிறது. அவனது தங்கை கல்யாணத்துக்கு இரண்டு

நாள்கள் முன்னமே போயிருந்தேன். நான்கு வருடக் கல்லூரி நாள்களில் அவன் வீட்டுக்கு எங்களை அழைக்காததன் காரணம் அவன் வீட்டில் இறங்கிய அடுத்த நாள் தெரிந்துவிட்டது.

ஊருக்கு வந்து இறங்கியபோது கருப்பு என்னை எங்கேயும் உட்கார விடவில்லை. ஒரத்தநாடு பஸ்டாண்டிலிருந்து வெள்ளூர் போகும் வழியில் அவன் கிராமம். தஞ்சாவூரில் அல்லது ஒரத்தநாட்டில் ரூம் போட்டுடலாமா என்றான். நான் அதை மறுத்து, வீண் செலவு வீட்டுக்குப் போவோம் என்றதும் தட்ட முடியவில்லை. கல்லூரிக் காலங்களில் இரண்டுமுறை எங்கள் வீட்டுக்கு வந்திருந்தான். அதனாலும் அவனால் மறுக்க முடியவில்லை. நான் வந்து இறங்கியதிலிருந்து பதட்டமாகவே அலைந்தான். அவனது இயல்பு மீறிய நடத்தையினால் ஒருவேளை என் வருகை பிடிக்கவில்லையோ என்று முதலில் நினைத்தேன் ஆனால் அவனது அசௌகரியங்களுக்கு விடை வீட்டுக்குப் போனதும் கிடைத்தது. சின்ன குடிசை வீட்டிலிருந்து அப்பா வெளியே வந்தார். அறிமுகப்படுத்தினான். ஒருவேளை இதுதான் சங்கடப் படுத்தியிருக்குமோ என்று நினைத்துக் கொஞ்சம் ஆறுதல் அடைந்தேன். ஆனால் என்னை அவன் அறிவான். போதாததுக்கு இப்போது புது வீடு வேறு. எனக்கு விளங்கவில்லை.

'ஓட்டு வீடு கட்டியிருக்கே இந்த காசுக்கே நல்ல மெத்து வீடு கட்டியிருக்கலாமே கருப்பு' நான் ஆதங்கப்பட்டேன். அவன் எதுவும் சொல்லாமல் மையமாய்ச் சிரித்து வைத்தான்.

***

திருமணத்துக்கு முந்தின நாள்கள்தான் கடும் வேலைகள் இருக்கும். நெருக்கமானவர் வீடுகளுக்கு முன்தினமே சென்று வேலைகளில் உதவி செய்வது வழக்கம். வட்டாரச் சடங்குகள் வித்தியாசமாக இருந்தன. புதுப் பானையில் வண்ணம் தீட்டி ஏதோவொரு சடங்கு. பானை வாங்க நானும் அவன் பங்காளியும் பக்கத்துப் பெரிய வீட்டு ஐயாவின் வண்டியில் சென்று வந்தோம். அப்பா அப்போதும் குடித்திருந்தார். அழகான பந்தல். அந்தப் பந்தல் கட்டிக்கொண்டு இருந்தது அவனது சொந்தக்காரர்கள்.

கருப்பசாமியின் வீடு இருப்பது ஊர் எல்லை அருகே. பழைய வீடு. சிறு குடிசை. தலையைக் குனிந்துதான் உள்ளே நுழைய வேண்டும். அந்த வீட்டைச் சுற்றித்தான் அவர்களுடைய பங்காளிகள் வீடு. இப்போது கொஞ்சம் கொஞ்சமாய்ச் சேமித்து பக்கத்து காட்டில் புதிய ஓட்டு வீடு கட்டியிருந்தான். தங்கை திருமணம் முடிந்தால் அவன் கடமைகள் ஏறக்குறைய முடிந்தது. அடுத்தது தம்பி படிப்பு. நான் பழைய வீட்டைச் சுற்றி நடந்தேன். சுற்றிலும் புல்தரையில் நிறைய வெளுத்த துணிகள் காயப்போடப்பட்டிருந்தன. பங்காளியின் அப்பா கைவைத்த வெள்ளை பனியனோடு கரிப்பெட்டியில் வெளுத்த துணிகளை இஸ்திரி செய்துகொண்டிருந்தார். சவுக்கார வாசனை சமையல் வாசனையை மீறி மூக்கைத் துளைத்தது. நான் அவரருகே போய் அமர்ந்து பேச்சுக் கொடுக்க ஆரம்பித்தேன்.

“ஊரு துணி வெளுக்கிறதுதான் தம்பி எங்க குலத்தொழிலு. எங்க அப்பா காலத்தில இந்த எடத்தில குடிசை போட எடம் குடுத்தாக. அதுக்கு முன்னாடி ஆத்தங்கரப் பக்கம் பூச்சிப் பட்டையோடத்தான் வாழணும். பாம்புக்குப் பயந்தே தூக்கம் வராது. கழுதைங்கள பாதுகாக்குறதே பெரிய வேலை. ஒரு தரம் ஆத்துல வெள்ளம் வந்து ஊரு துணியெல்லாம் ஆத்தோட போச்சு. அப்புறந்தான் இங்க குடி வச்சாங்க. ஊருல கல்யாணம் காட்சி இழவு எல்லாம் நம்மதான் சடங்குகள் செய்யணும். பந்தல் மாத்துத்துணி இதெல்லாம் நம்ம பொறுப்பு. ஊரு அழுக்க எல்லாம் நம்ம சுத்தம் பண்ணினாலும் நாம வெள்ளையும் சொள்ளையுமா உடுத்த முடியாது. எதுவும் சொந்தமா வச்சுக்க முடியாது.பொடிசிலேருந்து பெருசு வர மரியாத இல்லாம பேசும். தப்பு ஏதாவது பண்ணா கட்டி வச்சு அடிக்கும். இப்போ பரவால்ல தம்பி முன்னாடி கொத்தடிமை மாதிரிதான். ஏதோ கட்சி சங்கம் அப்புறம் துணி தொவைக்கிற மிசினு வந்தப்புறம்தான் மட்டுப்பட்டுது. இல்லேன்னா எங்களுக்கு எதுவும் சொந்தமில்லை.” பூடகமாய்ச் சொன்னாலும் எனக்குச் சுருக்கென்றது.

“இப்பவும் இதெல்லாம் இருக்கா?”

சுற்றிலும் எச்சரிக்கையாய்ப் பார்த்துவிட்டு மெதுவான குரலில் சொன்னார். “நீங்க வேற. இப்பவும் நாங்க மாடி வீடு கட்டக்கூடாது தம்பி. சட்டம் போலீஸ் கோர்ட் எல்லாம் அவங்க

சைடுதான். பழைய சம்பிரதாயங்க கொஞ்சம் மாறியிருக்கு. உள்ளுக்குள்ள இருக்கத்தான் செய்யுது. ஏதாவது இழவு நடந்தா நாங்க பெருசுங்க வேலவெட்டியா இருந்தோம்ன்னா இளவட்டங்கள கூப்பிடுவாங்க. அதுங்களுக்குப் பிடிக்காது. பிள்ளைங்க எல்லாம் படிச்சு வேலைகள் கெடைச்சப்புறம் இங்க ஊருக்கே வர விரும்புறதில்ல. அந்த ஆத்திரத்த எல்லாம் எங்க மேலக் காட்டுவாங்க. படிக்கிற இளவட்டப் பசங்களுக்குத் தொல்லை குடுத்து, குடிக்க வச்சு கெடுத்துருவாங்க. அவங்களுக்கு அடுத்த தலைமுறைக்கு அடிமை ஆளுங்க வேணுமில்லியா?”

இத்தனை துயரங்களோடும் வன்முறைகளுக்கு நடுவிலும்தான் கருப்பு எங்களோடு படித்தானா? எனக்கு அழுகை முட்டிக் கொண்டு வந்தது. இது தெரியாமல் எத்தனை முறை கிண்டல் செய்திருப்போம் எல்லோரும்.

***

சாயங்காலம் அவனே அழைத்தான்.

“என்னடா எல்லாம் முடிஞ்சுதா?” ஆறுதலாய்க் கேட்டேன்.

“ஆமாடா வீட்டுக்குப் போய்க்கிட்டிருக்கேன்.”

“ஹே.. ட்ரைவிங்க்லையா இருக்க?”

“ஸ்பீக்கர்தாண்டா நோ ப்ராப்ளம். உனக்கு இப்ப எப்டி இருக்கு?”

“ம்ம் பெட்டர். டாக்டர் ரெஸ்ட் எடுக்கச் சொல்லியிருக்கார். டூ மந்த்ஸ் வெயிட் தூக்கக்கூடாது. தென் பேக் டு நார்மல்.. சொல்லுடா என்ன ஆச்சு அப்பாவுக்கு.”

“அதுக்கு அஞ்சு வருஷமா டியூபர்குலோசிஸ் இருந்திச்சு. மாத்திரை போட்டு கொஞ்சம் சரியாச்சு. தேறி வந்துச்சு. உனக்கே தெரியுமே குடிப்பழக்கம் உண்டு. பத்தாததுக்கு பீடி வேற. அம்மா சொன்னாலும் கேக்காது. அதால விட முடியல. மறுபடியும். டி.பி மோசமாயிடுச்சு. மறுபடியும் ஹாஸ்பிடல் கூட்டிப் போனோம். பழையபடி குடி. அப்புறமா அட்மிட் ஆகுற மாதிரி ஆயிடுச்சு. இனி குடிச்சா அவ்வளவுதான்னு டாக்டர்ஸ் சொன்னாங்க. அது கேக்கல. அப்புறமா மாத்திரை கூடப் போட முடியல. சாப்பாடும் இறங்கல. அதுக்கு

மாத்திரைகளைத் தாங்குற சக்தியில்ல. அப்புறமா ஊசி, தினமும் ஒண்ணு வச்சு எழுபத்தஞ்சி ஊசி போட்டாங்க. கொஞ்சம் சரியாச்சு. நார்மலா ஆன மாதிரி இருந்துது. திரும்பவும் குடிக்க ஆரம்பிச்சிட்டுது. ஒடம்பில ஒண்ணுமே இல்ல. இப்போ ரெண்டு வாரம் முன்னாடி தூக்கத்திலேயே...”

எனக்குக் கோபம் பொத்துக்கொண்டு வந்தது. எல்லாம் திமிர். அப்பா என்கிற அதிகாரம். என் அப்பாவும் இப்படித்தான் யார் பேச்சையும் கேக்கமாட்டார். எல்லா அப்பாக்களும் இப்படித்தான்.

கருப்பு அப்பாவைப் பத்தி எந்தப் புகாரும் இல்லாமல் பேசிக்கொண்டேயிருந்தான். ஒரு இடத்தில் கூட அவரைத் தவறாகப் பேசவில்லை. குறை கூறவில்லை. அப்பா மேல் அவனுக்கு இத்தனை மதிப்பு என எனக்குத் தெரியாது. கல்லூரிக் காலங்களில் இவரைப் பற்றிப் பேசியதேயில்லை. பத்து வருட கார்பரேட் வாழ்க்கையில் என்னால் இந்த செண்டிமெண்டுகளை ஏற்க முடிவதில்லை. கருப்புசாமியும் கடந்த எட்டு வருடங்களாகப் பெருநகரில் மார்க்கெட்டிங் செய்து வருகிறான். அவனும் பன்னாட்டு கம்பெனிகளோடு தொடர்பில் இருப்பவன். வருடம் ஒருமுறை அயல்நாடுகளுக்குச் செல்பவன். அவன் மாறவில்லை அவன் அப்படித்தான்.

***

அப்பா குடிப்பதைப் பார்த்து குடிக்கும் பையன்கள், அப்பாவைப் பார்த்துக் குடிக்காமல் ஆகும் பையன்கள். பசங்களில் ரெண்டு வகையும் உண்டு. கருப்பசாமி ஒயின் மட்டும் குடிப்பான். கோல்கொண்டா என்றொரு பிராண்ட். மலிவான பிராண்ட் ஆனால் அப்போது வேறு பிராண்டுகள் கிடைக்காது. கல்லூரி முதல் ஆண்டு செமெஸ்டர் லீவில் எல்லோரும் நாமக்கலில் ஒரு பீர் இருபத்தைந்து ரூபாய்க்கு ஆஃபர் அறிவித்திருந்த ஒயின் ஷாப்பில் கும்பலாய் நுழைந்தோம். ஆளுக்கு ரெண்டு பீர், கருப்புக்கு ரெண்டு ஒயின் என்பது கணக்கு. ஒரு பீர் உள்ளே போனதும் நாங்கள் எட்டு பேரும் தலைகீழ் ஆனோம். பணம் என்னும் தாளுக்கு அங்கு மதிப்பில்லை. ஆம்ளேட்டைக் காதுக்குப் புகட்டிக் கொண்டிருந்தான் அருள். பக்கத்து இலையிலிருந்து எடுத்து இந்தப் பக்கம் இருந்தவனுக்கு ஊட்டிவிட்டுக்கொண்டிருந்தான் செந்தில். ஒரே அன்பு மயம்.

ரெண்டு மூன்றானதும் ஒருத்தன் ஹாட்டுக்குத் தூண்டிலை வீசினான். ஏழு மீன்கள் விழுந்தன. கருப்பு மீன் சிக்கவில்லை.

அதன்பிறகும் இரண்டாம் வருஷம் நாங்களெல்லாம் ஹாட் அடிக்கும்போதும் கருப்பு ஒயினையே ஆர்டர் செய்தான். போதையற்ற ஒரு பானத்தை அவன் குடிப்பதை முழு போதையில் நாங்கள் நக்கலடிப்போம். அவன் தன்னை மாற்றிக்கொள்ளவில்லை. கல்லூரி முடிந்து நண்பர்கள் சந்திப்பிலும் கருப்பு ஒயின் மட்டும் குடித்தான். அதன் பிறகு பெங்களூரில் நாங்கள் இருவரும் மட்டும் வாரமொருமுறை சந்தித்த போதும் அப்படித்தான். கருப்பின் தோற்றம் உடை நடை எல்லாம் மாறியபோதும். இந்தப் பழக்கம் மாறவேயில்லை. நானும் வற்புறுத்துவதில்லை.

***

வீட்டில் வயதானவர்களால் பிள்ளைகளுக்கு ஏற்படும் சங்கடங்கள் எனக்குத் தெரியும். எனக்குப் பொறுக்கவில்லை. அவன் ஒருவேளை அவர் இறந்த வருத்தத்தில் எதுவும் பேசாமல் இருக்கலாம். ஆனால் நான் பேசலாம்தானே.

“ஏண்டா இவ்வளவு சீரியஸ் கண்டிஷன்லேயும் மனுஷன் குடிச்சிருக்காரு. நீ என்னடா பண்ணுன. பேசாம பிடிச்சு டீ- அடிக்ஷன் சென்ட்டர் எதிலயாவது சேத்தீருக்க வேண்டியதுதானே?”

மறுமுனையில் அவன் விரக்தியாய்ச் சிரித்தான்.

“என்ன பண்ணச் சொல்ற? அதால குடிக்காம இருக்க முடியாது. விடிகாலையிலேயிருந்து சாயங்காலம் வர வெள்ளாவி வச்சு துணி வெளுத்து காயப்போட்டு அப்புறமாட்டு வந்து இஸ்திரி போடறுது வைக்கிறதுன்னு ஏகப்பட்ட வேலை. உடம்பு வலிக்கும். குடிச்சுத்தான் ஆவணும். மக்காய் நாள் எந்திக்க முடியாது. ஒரு ஜமுக்காளத் துணியை கல்லுல அடிச்சு நனைச்சு பிழிஞ்சாத் தெரியும் வலி. தங்கச்சி கல்யாணத்துக்கு வந்திருந்தியே. பெரியய்யா வீட்டு வண்டில போனியே. அவங்கதான் என் படிப்புக்கு உதவி செய்தவங்க. ஆனா அவங்க முன்னாடி அது நிக்கக் கூட பயப்படும். எனக்கு காலேஜ் பீஸ் கடன் கேக்க அவங்க முன்னாடி போய் நிக்கணும்னா அதுக்குக் கொஞ்சமாச்சும் குடிச்சிருக்கணும். பயம். அங்க

மட்டுமில்ல யார்கிட்டயாவது கடன் கேக்கவோ ஏதாவது உதவி கேக்கவோ ஏன் ஏதாவது உரிமப்பட்டத பேசவோ அதுக்குக் குடிக்காம முடியாது. உழைச்ச காசை கேக்கணும்னாலும் அப்படித்தான். அது அப்படித்தான். இது சாதாரணக் குடியில்ல. ஒரு வரலாற்றையே மறக்கடிக்கிற குடி. அது மட்டுமில்ல எங்க பெரியப்பா அதும் அப்படித்தான். வூட்டுல ஏதாவது ராவடி பண்ணனும்னு முடிவு பண்ணீட்டாக் கூட தண்ணியடிச்சாத்தான் முடியும். என் தம்பிக்கு படிப்பு ஏறல அவனும் இப்ப அப்படித்தான் இருக்கான். என்கிட்டே ஏதாவது கேக்கணும்னா கூட யார்கிட்டயாவது சொல்லிவிட்டுத்தான் கேப்பான். நேர்ல கேக்கணும்னா குடிச்சிருந்தா மட்டும்தான் கேப்பான். அது போதைக்காக இல்ல தைரியத்துக்காக. நீங்க கூட கிண்டல் பண்ணுவீங்களேடா டிகிரிய பின்னாடி போட்டு பேர் எழுதுறேன்னு. அது எனக்கொரு போதை மாதிரி. அதுதான் என்னை இழுத்துக்கிட்டு முன்னாடிப் போச்சு. உனக்குத் தெரியுமா? காலேஜிலயும் சரி இப்ப ஓர்க்லயும் சரி குடிக்கலன்னா யாரும் என்ன சேத்துக்கமாட்டாங்க. யூ நோ நான் இப்பவும் ஒயின்தான் குடிக்கிறேன். இனியும் ஒயின்தான் குடிப்பேன். எனக்கு ஒயின் போதும்."

நான் மௌனமானேன். ஃபோனை வைத்துவிட்டு நெடுநேரம் கருப்பு அப்பாவை நினைத்துக் கொண்டிருந்தேன். அவரது ஆன்மாவின் அமைதிக்காகப் பிரார்த்தித்தேன்.

ஒரு ராட்சத ஒயின் குப்பி வானத்திலிருந்து நழுவி என் மேல் வந்து விழுந்தது. அதனுள் இருந்து என்னைப் பார்த்துச் சிரித்தார் கருப்பு அப்பா.

நீலம்

பிப்ரவரி-2023

நேற்று சுடப்பட்டவன் உனது மகன்

“எல கோமதி ஒரு கெட்டு செய்து பீடி வேங்கிட்டு வருவியாடே.” அய்யனார் அண்ணாச்சி திண்ணையில் அமர்ந்துகொண்டே தெருவில் போன என்னிடம் கேட்டார்.

“ஏன் அண்ணாச்சி கால்ல ஆணியோ?”

‘நளியாடே அடிக்க. கொஞ்சம் கூடுதலா தின்னுட்டம். அதான்.”

“அப்ப வாங்கோ காலாற நடந்துட்டு வருவோம். செமிக்கட்டு.”

“அதுவும் சர்தாம்ல. வா...”

முக்குக் கடையில் பீடி வாங்கும்போது தொலைவில் ஏதோ பொதுக்கூட்டத்தின் ஒலிபெருக்கிச் சத்தம் கேட்டது.

“எங்கள் வாழ்வும் எங்கள் வளமும் மங்காத தமிழென்று சங்கே முழங்கு.”

யாரோ ஒருவன் உரத்த குரலில் முழங்கிக் கொண்டிருந்தான்.

அண்ணாச்சி ‘அவனுக்க அம்மைக்க சங்கு’ வாய்க்குள் முணுமுணுத்துக் கொண்டதைக் கவனித்துவிட்டேன். கட்டாயம் திண்ணைக்குத் திரும்பியதும் இதைப் பற்றிக் கேட்க வேண்டும்.

அண்ணாச்சி எனக்கு வாய்ப்புத் தராமல் அவரே ஆரம்பித்தார்.

“மொழிப்போர் தியாகிகன்னு நெறைய பேரு பென்ஷன் வேங்கிட்டிருக்கானுவ. ஒரு ஈர மண்ணும் வேங்காமப் போன உண்மையான தியாகிகளு உண்டும். ஆருக்கும் தெரியாமச் செத்துப் போன ஆளுவளும் உண்டும் தெரியுமாடே?”

“சொல்லுங்கோ அண்ணாச்சி.” எங்களோடு இணைந்துகொண்ட பூக்கடை எசக்கி ஆர்வமாய்க் கேட்டான்.

“மொதல்ல இது என்ன சம்பவம்னு தெரியுமாடே உனக்கு?”

“நமக்கு என்ன தெரியும் அண்ணாச்சி நான் கண்டனா கேட்டனா? எனக்கப் பூக்கடை உண்டும், நான் உண்டும். பூவப் பத்தி கேளுங்கோ சொல்லுதேன்.”

“அதுவும் சர்தாம்டே. ஆயிரத்து தொள்ளாயிரத்து முப்பத்தி ஏழுல தொடங்கின போராட்டம். எல்லாரும் மூணு மொழி படிக்கணும்னு மத்திய சர்க்காரு சட்டம் போட்டுது. அத எதித்து நம்ம ஆளுக போராடி அத வாபஸ் வேங்க வச்சாங்கோ. அதுக்கும் பொறவு இடையில ரெண்டு தரம். அரசியலமைப்புச் சட்டத்த எரிச்சது. கைது கலவரம்னு நடந்துது. நான் சொல்லுகது ஆயிரத்து தொள்ளாயிரத்து அறுபத்தஞ்சில, நான் காலேஜு படிக்கும்போது அதே சட்டம் திரும்ப வந்துது. இந்தி எதுப்புப் போராட்டம்னு பேரு கேட்டிரிக்கியா? எல்லாம் படிக்கப்பட்ட பயக்க தொடங்கினதுதான். இன்னைக்கு எல்லாத்தையும் மாத்தி சொல்லுதானுவோ. கள்ளப் பயக்க.” அய்யனார் அண்ணாச்சி தெருவில் காறித் துப்பினார்.

அண்ணாச்சி ஓய்வுபெற்ற மின் ஊழியர். வயது எப்படியும் இன்றைய தேதியில் எழுபதுக்கு மேலிருக்கும். தினசரி காலை பத்து மணிக்குச் சரியாக வந்து திண்ணையில் அமர்வார். சுப்பையாவோ மூக்கையாவோ முருகனோ யாரோ, அன்று யார் வாயில் கிட்டுகிறார்களோ அவர்களிடம் ஒரு மணிநேரத்தைச் செலவிடுவார். பாதி கட்டு செய்யது பீடி தீர்ந்திருக்கும். சரியாக மணி பதினொன்றுக்கு ஏதாவது சாப்பிடப் போய்விடுவார். அதன்பிறகு வெயில் சாய்ந்தபிறகு மாலை அஞ்சரையிலிருந்து இரவு பீடி தீரும்வரை சபை கூடும். அண்ணாச்சியின் கதைகளில் இருக்கும் வரலாற்றுத் தகவல் வேறெங்கும் கேள்விப்படாததாய் இருக்கும். பக்கச் சார்பிருக்காது. ஒரு ஊரில என்கிற வழமை

இருக்காது. புதிதாய், சுவாரசியமாய் சினிமாக்கதை போலவே இருக்கும். சில வேளைகளில் ஒற்றை வரியில் பெரும் வரலாற்றுக் கதையாடலை அண்ணாச்சி கடந்து போவதும் உண்டு.

"இந்தா இந்த வண்ணாரப்பேட்டைத் துறையோட பழைய பேரு என்னென்னு தெரியுமாவே?"

"குட்ட நீக்கித் துறை."

"இங்க குளிச்சா குஷ்ட நோய் தீருமாம் கேள்விப்பட்டிருக்கீரா ஓய்?"

"ஈஸ்ட் இந்தியா கம்பெனி கூட துணி யாவாரம் பண்ணின வெங்கு மொதலியார் தெரியுமா முருகா?"

"அவர் இல்லேன்னா மேலப்பாளையமே கெடையாதும் தெரியுமாடா?"

"நம்ம வள்ளியூர்ல ஒரு நெய் கம்பனி இருந்தது தெரியுமாடே எசக்கி?"

"ஏலு சிந்துபூந்துறைக்கு அந்தப் பெயர் வரக் காரணம் தெரியுமாப்போ?"

"கிருஷ்ணன் கோயில்ல பட்டு நூல் நெசவு வந்த கத தெரியுமாப்போ?"

"வண்ணாரப்பேட்டை பேரு ஏன் வந்தது உனக்குத் தெரியுமா முருகா?"

"சாஹித்ய அகாதெமி விருதுக்குக் கெடச்ச காசுல நம்மூர்ல ஒரு ஆசுபத்திரி கட்டினது ஆருன்னு தெரியுமால?"

எல்லாம் ஓரிரு வரி துணுக்குகள் போலத் தோன்றும் வரலாற்றுச் செய்திகள். யாரும் இவற்றைக் கேட்டு விரிவாகப் பதிவு செய்ய ஆர்வம் காட்டுவதில்லை. அண்ணாச்சிக்கு அதைப் பற்றிக் கவலையுமில்லை.

நான் வசதியாய் திண்ணைத் தூணில் சாய்ந்து உட்கார்ந்து கொண்டேன். அண்ணாச்சி கதைக்குள் ஆழ்ந்துவிட்டார். இனி அவரை இடைமறிப்பது அசாத்தியம்.

"ஆயிரத்து தொள்ளாயிரத்து அறுவத்தஞ்சி ஜனவரி இருவத்தஞ்சி. மதுரை தியாகராஜா காலேஜுல ரெண்டு ஸ்டூடண்டுக தொடங்கினதுதான் மொதலாவது போராட்டம். அடுத்த நாளு குடியரசு தினம். அன்னைக்குக் கருப்பு நாளா அனுசரிக்கணும்னு கருப்பு சொவப்புக்காரங்க திட்டம் போட்டிருந்தாங்கோ. அண்ணாதுரை எல்லாக் கட்சிக்காரங்களும் வூட்ல கருப்பு கொடி கட்டாயமா ஏத்தனும்னு வேற சொல்லியிருந்தாரு. ஒரு ரகசியம் தெரியுமா?" அண்ணாச்சி யாராவது கேட்டுவிடுவார்கள் என்கிற பாவனையில் ரகசியக் குரலில் சொன்னார். "அப்போ எஸ்.எஸ்.ஆர் வூட்ல கொடி ஏத்தியிருந்துது. முக்கிய நடிகர் வூட்ல ஏத்தலயாம்..."

"ஆரு எம்.ஜி.ஆரா அண்ணாச்சி?" இசக்கி இடைமறித்தான்.

"இவம் ஆருல கூறு கெட்டவன்." நமுட்டுச் சிரிப்பு சிரித்தார் அண்ணாச்சி. "கதையைக் கேளு. எதுல விட்டேன். ஆங்... கருப்புக் கொடி. கட்சிக்காரனுவள கருப்புக்கொடி ஏத்தச் சொல்லி ஒருபக்கம் நடக்குது. ஆனா நடந்துது வேற. மதுரை காலேஜ்ல நா.காமராசன், காளிமுத்துன்னு ரெண்டு படிக்கப்பட்ட பயக்க தலைமையில இந்தி அரக்கி கொடும்பாவியை எரிக்கணும்னு மாசி வீதில யூனிவசிட்டி பயக்க போயிருக்கானுவோ. குடியரசு தெனத்துக்குக் கூட்டம் போட அங்க கதர் கட்சிக்காரானுவ மேடை போட்டிற்றிருந்தானுவ. பயக்களுக்கும் அவனுவளுக்கும் அடிபிடி ஆயிப்போச்சு.அவ்வளவுதான் கலவரம் தொடங்கிட்டு."

"நம்ம ஊர்ல எதுவும் நடந்துதா அண்ணாச்சி?"

"கதையே அதப்பத்திதாம்டே. பொறுமையாக் கேளு. எப்படி நியூஸ் வந்துதுன்னு தெரியாது. கள்ளமும் கலவரமும் சீக்கிரம் பரவும்னு சொல்லுவாவல்லா. நான் அப்ப பேட்ட இந்து காலேஜ்ல படிச்சிட்டு இருந்தேன். அடுத்த நாள் காலையில பயலுவோ ஒண்ணு கூடுனோம். படிக்கப்பட்ட பயக்க மேல கையை வைக்கானுவோன்னா சும்ம இரிக்க முடியுமா? இத இப்படியே வுடப்பிடாது. நாங்க ஒரு நூறு வேரு காலேஜ வுட்டு வெளிய வந்தோம். நேர ரெயில்வே ஸ்டேஷனுக்குப் போய் இந்தி போர்டை எல்லாம் மை பூசி அழிக்கணும்னு திட்டம். எடையில எளவுடுப்பானுவோ இந்த ஹை ஸ்கூல் பயக்க, அப்புறமாட்டு டவுன் ஸ்கூல் பயக்க எல்லா நண்டு சிண்டுமா

சேந்து பெரிய ஊர்வலமா ஆயிட்டு. சந்திப் பிள்ளையார் கோவில் கிட்டக்க வரும்போது காங்கிரஸ் கொடியப் பாத்ததும் நாலுவேரு அதப் போய் புடுங்குறதுக்கு ஆட்டுறானுவோ. கொடிக்கம்பத்துக்க மேல எலெக்ட்ரிக் லைனு. எனக்குப் பதறிட்டு. கத்திக்கிட்டே ஓடுதேன். சத்தத்தில ஒண்ணும் கேக்க மாட்டேங்கு. எப்படியோ யாரோ சொல்லி பயலுக கொடிக்கம்பத்தை வுட்டானுங்க. இல்லேன்னா அன்னைக்குப் பாதி வேருக்குச் சங்குதான்."

'நீங்க அப்பவே ஈ.பி. ஆளுதான் அண்ணாச்சி' எசக்கி காலைத் தரையில் ஓங்கி உதைத்து உதைத்துச் சிரித்தான்.

அண்ணாச்சி முறைத்தார். பிறகு என்னைப் பார்த்துத் தொடர்ந்தார்.

'போராட்டம் தம்போக்குல நடக்குது. அன்னைக்குக் குடியரசு தினம் இல்லையா நேரா அடுத்து ரயில்வே ஸ்டேஷன். சீனியர் பயக்கோ ஆளுக்குக் கொஞ்சம் சின்ன உள்ளிய கையில குடுக்குதானுவோ. எதுக்குன்னு தெரியல. என் பிரெண்டு சங்கரன்தான் சொல்லுதான். கண்ணீர் பொக குண்டு போட்டானுவன்னாக்கா வெங்காயத்த வச்சிருந்தா கண்ணு எரியாதாம். நான் ரெண்டணம் வேங்கி வச்சுகிட்டேன். தாயளிவுள்ளையளுக்க கண்ணீர் குண்டையும் பாத்துகிடுவோம். இப்ப பாரதியார் செல இருக்கில்லாடே அங்க இந்து ஸ்கூல் பக்கத்தில ஒரு ஆர்ப்பாட்டம் நடக்கு. கொஞ்சம் பேரு வேற எங்கயோ போறானுவ. தெருவெல்லாம் போர்க்களம் போலக் கெடக்கு. எங்களுக்கு எலக்கு ரயில்வே ஸ்டேஷன். அப்போ ஜங்க்ஷன்ல மேம்பாலம் கெடையாது பாத்துக்கோ. ரெயில்வே க்ராசிங்க்தான்.'

"எது நம்ம ஜங்க்ஷன்லயா?" எசக்கி இடைமறித்தான். இப்போது நான் முறைத்தேன்.

"ஆமடே. அங்கணதான். நல்ல பெரிய கிராசிங். ரெட்ட கேட் போட்டிருக்கும். ம்ம்.. கதையைக் கேளு. கேட்டை உடைச்சிட்டு முன்னால போறானுவோ. கேட் கீப்பர் ஓடுதான். அவனுகளுக்கு செவப்புக் கொடி பிடிக்கேது, அப்பறமா நெருக்கடியான நேரத்தில பட்டாசு கொளுத்திப் போடுகதுன்னு ஏதோ சிக்னல் உண்டு போல. அவன் தூரமா ஓடுதான். முடிஞ்சவர கருப்பு

பெயிண்ட வச்சி கண்ணுல கண்ட எல்லா இந்தி போர்டையும் அழிச்சோம். தமிழ் மீடியம் படிச்சு காலேஜ்ல இங்கிலீஸ் புடிக்காத நாங்க அஞ்சாறு வேரு கூட்டத்தோடி சேந்து இங்கிலீஷ் எழுத்தையும் கருப்படிச்சோம்.

ரெயில்வே ஸ்டேஷன் முடிச்சிட்டு பயக்க அம்புடு பேரும் அடுத்து போலிஸ் ஸ்டேஷனுக்குப் போறோம். இதுக்கெடையில நம்ம அப்பவே கவித எல்லாம் எழுதுவோம்லா. நம்மகிட்டே கோஷம் எழுதி கேக்கானுவோ. சவத்த எழுதுவோம்னு ஒரு கட வரந்தாவுல ஒக்காந்தேன். அப்ப அண்ணாமலை யூனிவசிட்டி துப்பாக்கிச் சூட்டில செத்துப் போனவன் யாரோ ராஜேந்திரன்னு நெனைக்கேன். அவன் ஒரு போலீஸ்காரனுக்க மவன். எனக்கு கோஷம் ரெடி ஆயிட்டு. எழுதினேன்.

'நேற்று சுடப்பட்டவன் உனது வீட்டு மகன்
இன்று சுடப்பட நிற்பவன் உனது நாட்டு மகன்
ஏவாதே ஏவாதே அடக்குமுறையை ஏவாதே
திணிக்காதே திணிக்காதே இந்தியைத் திணிக்காதே
கொல்லாதே கொல்லாதே மாணவர்களைக் கொல்லாதே'

பயலுகளுக்கு ரொம்ப பிடிச்சிட்டு. கோஷம் உண்மைக்கும் வானத்தை முட்டுது. கோஷத்தைக் கேட்டு எனக்கே நெஞ்செல்லாம் அதிருது. பயக்க அம்புடு பேரும் கம்பா நிக்கானுவோ. இந்த ரெண்டு நாளில ரெண்டு போலீஸ்காரனுவளையும் கொண்ணுட்டானுவோன்னு நியூசுவோ வருது. பாவம் திருப்பூர்ல ஒரு போலீஸ்காரன் இந்தக் கலவரத்தில மாட்டிக்கிட்டாம். அங்க வந்த வெறகு வண்டில போட்டு மண்ணெண்ணெய் வுட்டு எரிச்சு கொன்னுட்டானுவளாம்னு செய்தி. எனக்குப் பதறுது. ஆனா ஒரு வீம்பு. இந்த அரசியல் மயிர எல்லாம் முழுசா மனசிலாக்க முடியலேன்னாலும். நம்ம என்ன மொழி பேசணும்னு இவனுவோ எப்படி முடிவெடுப்பானுவோன்னு ஒரு கடுப்பு. அப்போ போலீஸ் சூப்ரண்டு வடநாட்டுக்காரன் பங்காரான்னு என்னமோ ஒரு பேரு. எல்லா போலீசும் வரிசையா நிக்கனுவோ. எனக்கு அவனுவோ நிக்கத பாத்தவொடனே லத்தி சார்ஜுக்கு ரெடி ஆன மாரி தோணுது. நான் ஓடுகதுக்குத் தயாரா நிக்கேன். அப்பதான் வயர்லெஸ் சேதி வருது. இந்தப்பக்கம் ஸ்டுடெண்ட்

ஒருத்தன் ஓடி வந்து பாளையங்கோட்டைல துப்பாக்கிச் சூடுன்னு சொல்லுதான் எல்லோரும் செதறி ஓடுதோம். கொஞ்ச பேரு பயந்து வூடுகளுக்குப் போறோம். கொஞ்ச பேரு பாளையங்கோட்டை நோக்கிப் போறோம்.

அப்போ நம்ம ஊரு எம்.எல்.ஏ ஒரு லேடிஸ். பேரு ராஜாத்தி குஞ்சிதபாதம். அதன்ன எளவோ குஞ்சிதபாதம் அவ்வோ மாப்பிள பேருன்னுதான் நெனக்கேன்...

எசக்கிக்குச் சிரிப்பு வந்தது. எனக்கும். அவன் அடக்கிக்கொண்டு புத்திசாலித்தனமாய்,

"அப்போவே பொம்பளையாளுவ எல்லாம் எம்.எல்.ஏவா இருந்திருக்காவ என்ன அண்ணாச்சி" என்றான்.

"எம்.எல்.ஏ என்னடே எம்.எல்.ஏ? மந்திரியாட்டெல்லாம் இருந்திருக்காவ. லூர்தம்மாள் சைமன் தெரியுமாடே?" என்றுவிட்டு விடாமல் கதையைத் தொடர்ந்தார்

"இங்கனதான் எல்.ஐ.சி பக்கத்தில வூடு. கதர் கட்சி. யாரு தூண்டிவிட்டதுன்னு தெரியல. நம்ம ஸ்கூல் பயக்க நேரா எம்.எல்.ஏ வூட்டுல கல்லெறியப் போயிட்டானுவ. எம்.எல்.ஏ புருஷன் துப்பாக்கி வெச்சிருந்திருக்கான். எடுத்துச் சுட்டுட்டானுன்னு சொன்னானுவ. ஆரு சுட்டதுன்னு தெரியல. ஒருத்தன் செத்துட்டான். இன்னொருத்தனுக்கு நல்ல காயம். நாங்க பாளையங்கோட்டை போம்போது ரோடெல்லாம் கல்லும் செருப்புமாக் கெடக்கு. போலீஸ்காரனுவோ தெரத்துதானுவோ. ஒரே ஓட்டம். எல கோமதி மணி என்னாச்சு? பசிக்குதேடே பதினொண்ணு ஆச்சா?"

"நீங்க சாப்பிட்டிட்டு வாங்கோ அண்ணாச்சி நாங்க இரிக்கோம்." நான் ஆத்தலாய்ச் சொன்னேன்.

"அதுவும் சர்தாம்டே." அண்ணாச்சி எழுந்தார்.

நானும் எசக்கியும் பாய் கடையில் ஒரு டீ குடித்து பீடி குடித்து வரவும், அண்ணாச்சி திண்ணையில் உட்காரவும் சரியாக இருந்தது. எசக்கி அவருக்காக வாங்கிய ஒரு கட்டு செய்யது பீடியை அண்ணாச்சி முன் வைத்தான்.

"இந்த பீடிக் கம்பனி கதை தெரியுமாப்போ?"

"அண்ணாச்சி துப்பாக்கிச் சூடு கதையைச் சொல்லுங்கோ பீடி கம்பனி கதை இன்னொரு நாளைக்குப் பாப்போம்." எசக்கி பரபரத்தான்.

அண்ணாச்சியின் ஓய்வுக்குப் பிறகு முதன்முறையாகப் பதினோரு மணிக்கு மேல் திண்ணையில் கச்சேரி கூடியதை ஒன்றிரண்டு தெருவாசிகள் பார்த்துக்கொண்டே கடந்தார்கள்.

"அதுவும் சர்தாம்ல... எங்க வுட்டேன் ஆங்... துப்பாக்கிச் சூடு..அடுத்த நாலஞ்சு நாள் திர்ணவேலியே சுடுகாடு போலக் கெடக்கு. ஒரு ஈ காக்கா அனக்கமில்ல. கர்ஃபியூ தெரியுமா?"

"எது நூத்தி நாப்பத்து நாலுதானே?"

"அது வேற கோமதி. ஒன் பாட்டி போர்னாக்கா அஞ்சு பேரு மேல கூட்டம் போடக்கூடாது. அம்புடுதான். கர்ஃபியூன்னாக்கா ஒரு பயலும் வூட்டை விட்டு வெளிய வரக்கூடாது. தமிழ்நாட்டுல மொத மொத போட்ட ஊரடங்கு உத்தரவு அதுதாம்ல. எனக்குத் தெரிஞ்சு அதக்கப்றம் ராஜீவ் காந்தியைக் கொண்ணப்போ போட்டானுவோ."

"ஓ.."

"எல்லா எடத்திலையும் போலீஸ். கொண்டு வந்து குமிச்சிட்டானுவோ. போர்தான். ஊரே போர்க் களம் போலக் கெடக்கு." அண்ணாச்சியின் முகம் அந்தக் காலகட்டத்துக்குப் போய்த் திரும்பியது.

"கருப்பு சொவப்பு காரனுவோ எங்களுக்கு எந்தச் சம்மந்தமுமில்லை. இது மாணவர்கள் போராட்டம்னு கைய மலத்திட்டானுவோ."

அண்ணாச்சி ரெண்டு பீடிகளைத் தொடர்ந்து பற்ற வைத்து அமைதியாக ஆழ்ந்து இழுத்து வலித்தார். நானும் இசக்கியும் அவர் பேசுவதற்காகக் காத்திருந்தோம்.

"அப்போ ஈ.பி கெடையாது ஈ.எஸ்சுன்னு சொல்லுவாங்கோ அதாவது எலக்ட்ரிசிட்டி போர்ட் இல்ல எலக்ட்ரிசிட்டி சப்ளை சிஸ்டம். திர்நவேலி ஈ.எஸ்னா தூத்துக்குடி, திர்நவேலி, எல்லாம் வந்திரும். அப்போ மாவட்டமும் பிரிக்கல.

கட்டபொம்மன் மாவட்டம் வ.உ.சி மாவட்டம்னு இருக்கு. நான் கொஞ்ச நாள் தூத்துக்குடில வேலை பாத்தன். அப்றமாட்டு எம்பத்தஞ்சிலதான் இங்கிட்டு வந்தன். யாரெல்லாம் சொந்த ஊருக்குப் போவணும்னு கேட்டானுவோ. சர்தாம்னு மாத்தலாயி வந்திட்டேன்."

"அண்ணாச்சி அந்தத் துப்பாக்கிச் சூடு?"

"இரிடே அதாம் சொல்லவாரேம். தூத்துக்குடில ஆபீஸ் அஜிஸ்டண்ட் ஒருத்தம் பேரு பாலு. குடின்னா அப்படி குடிப்பான். டூட்டிக்கே குடிச்சிட்டு வருவாம். ஒண்ணும் சொல்ல முடியாது. ஆபீசருக்க சொந்தக்காரன். குடி ஒண்ணுதாம் ஆனா ஆளு தங்கமான பய்யன். ஒருநாளு மூணாம் மைலுகிட்ட ஒரு டிரான்ஸ்பார்மர் பிரெச்சனை நானும் இவனுமா போறோம். சின்ன கம்ப்ளைண்டுதான். ஏரியா லைன் மேனும் வந்துட்டான். சப்ளை சரி பண்ண மேல ஏறணும். வேல நடந்திட்ருக்கும்போது பிளையர் வேணும்கான் லைன் மேன். அப்போ பேன்ட் எல்லாம் கெடயாது வேட்டிதான். நம்ம பாலு பய ஏத்திக் கட்டிட்டு சைட் சொவர்ல கால் வெச்சு ஏறுதாம். பய நல்ல கலரு. தொட தெரியி. என்னமோ கறுப்பா இருக்கு. இந்தா இந்த வெரலு நீளத்துக்குத் தொடையில ஒரு தொள. எனக்குப் பதறிப் போச்சு.

ஏய்.. என்னடே பாலு இது என்னப்போன்னு கேக்கேன். சார் பழைய கத சார். ஸ்கூல் படிக்கறப்போ ஒரு போராட்டம். பயங்கரக் கலவரமாயிட்டு. துப்பாக்கிச் சூடு நடந்தது அதுல பட்ட காயம் சார். கொஞ்ச மாசம் ஆஸ்பத்திரி. ஓட்டை மாதிரி தழும்பாயிடுத்து. அதுக்கப்றம் வீட்ல ஸ்கூலுக்கு அனுப்பல. நானும் எட்டாம் க்ளாஸ் தாண்டல. என் அப்பாதான் சொந்தக்காரர் மூல்யமா ஈ.பி ஆபீஸ்ல சேத்துவிட்டார். இல்லேன்னா பொழப்பு கஷ்டம்தான்.

எனக்குக் கண்ணுக்குள்ள இருவது வருஷம் முன்னால ஸ்கூல் பயக்க போராட்டத்தில அங்கிட்டும் இங்கிட்டும் ஓடினது ஞாபகத்துக்கு வருது. பாவம் இவன மாரி எத்தன பேரோ. பாலு பாவம் நல்ல பய. கொழந்த மொகம் மாறவேயில்ல. சார் சார்னு எங்க போனாலும் கூடவே நாக்குட்டி மாரி வருவாம். என்ன சொல்ல குடி... சர்வீஸ் முடியறதுக்கு முன்னகூட்டியே

குடிச்சு குடிச்சுச் செத்தும் போனாம். பாலு...” அண்ணாச்சி அமைதியாகிவிட்டார்.

கொஞ்ச நேரம் திண்ணையும் தெருவும் அமைதியாகிவிட்டது. நானும் இசக்கியும் தரையைப் பார்த்தபடி இருந்தோம்.

“என்ன அண்ணாச்சி பென்ஷன் கேஸ் அடுத்த வாய்தா என்னைக்குன்னு ஓர்மையிருக்கா?”

முருகேசன் குமாஸ்தா கேட்டுவிட்டுப் பதிலுக்குக் காத்திருக்காமல் போனான்.

அண்ணாச்சி அதைக் கேட்டதுபோலவே தெரியவில்லை. நெடுநேரம் அண்ணாச்சி பேசாமல் இருக்க, இசக்கியும் நானும் கிளம்பவும் மனசில்லாமல் உட்காரவும் மனசில்லாமல் ஒருவரையொருவர் பார்த்துக்கொண்டிருந்தோம். கொஞ்ச நேரம் கழிந்ததும் அண்ணாச்சி நிமிர்ந்து ஆழத்தில் எதையோ யோசித்தபடி சொன்னார்...

“பாலு, அவம் முழுப் பெயரு பாலசுப்ரமணியம் ஐயரு.”

நவம்பர்-2023

***நீலம்,** ஜனவரி-2024*

ஜோஸ் மாமா

அம்மா இறந்து ஐந்து மணிநேரம் ஆகிவிட்டது. கூடத்தில் கிடத்தி வைத்திருந்தார்கள். அழுவதற்கும் அவகாசம் வழங்கப்படாமல் அலைந்துகொண்டிருக்கிறான்.

"நீ ஜோஸுக்குப் பிறந்தவன்தானலே."

குருவின் அப்பா அவனை எப்போதும் அப்படித்தான் சொல்லுவார்.

"கொளச்ச ஜோஸுக்குக் கூட கெடந்தவதானட்டி நீ."

அம்மா அடிக்கடி கேட்கும் வசைகளில் இதுவும் ஒன்று.

அம்மா முகத்தில் சோர்வா இல்லை எல்லாம் அனுபவித்துப் போதும் என்கிற அலுப்பா. அவள் முகம் அமைதியாக இருந்தது.

எப்படி எந்தக் கணத்தில் அவர்களுக்குள் பிரிவு வந்தது எனத் தெரியவில்லை. அப்போது பத்தாம் வகுப்பு கல்வித் தகுதிக்கு வீடு தேடி வந்து அரசு வேலைகளுக்கு அழைப்பார்களாம். அம்மாவை விண்ணப்பிக்கச் சொன்னது தாத்தாதானாம். அப்பாவுக்குக் பிடிக்கவில்லை. "கண்ட பயலுவளுக்கு முன்ன கிளிச்சிட்டு நிக்கணுமா?" அதிலிருந்து தொடங்கியதுதான் எல்லாமும். தாத்தா பிடிவாதமாய் வேலைக்குப் போகச் சொன்னார். பாட்டியும் சம்மதித்ததால் அப்பாவால் அப்போதைக்கு எதுவும் செய்ய முடியவில்லை.

இயலாமையை வசைகளால் நிரப்பிக்கொண்டார். ஒவ்வொரு நாளும் ஒவ்வொருவரோடு இணைத்துப் பேசுவது அவருக்கு வழக்கம். அம்மாவுக்கும் இந்த ஏச்சுகள் பழக்கமாகிவிட்டது.

அம்மா தொடக்கப்பள்ளி டீச்சர். குரு பிறக்கும்போது குளச்சல் பள்ளியில் அம்மா வேலை பார்த்துக்கொண்டிருந்தாள். அம்மா ஒரே மகள். அம்மா வழியில் தாத்தாவும் பாட்டியும் தவறிவிட்டனர். அப்பாவுக்கு இது சாதகமாகிப் போனது. அம்மாவுக்கு வழியில்லை. உதவிக்கென யாரும் இல்லை.

ஜோஸ் மாமா பக்கத்துக்கு வீடு. குருவுக்குப் பத்து வயது ஆனபோது வில்லுக்குறிக்கு மாற்றலாகி வந்துவிட்டார்கள். ஜோஸ் மாமாவின் குடும்பத்தோடு அப்போதும் உறவு தொடர்ந்தது. அப்பா அப்போது ராமநாதபுரத்தில் வேலை பார்த்துக்கொண்டிருந்தார். விடுமுறைகளில் வீடு போர்க்களம் ஆகிவிடும். ஜோஸ் மாமா கட்டட வேலை சம்பந்தமாக ஏதோ பணி செய்துகொண்டிருந்தார். ஜோஸ் மாமா குடும்பத்தோடு கொஞ்சம் பணம் கொடுக்கல் வாங்கல். நல்லது கெட்டதுக்குப் பரஸ்பரம் உதவிக்கொள்ளுதல் என அப்பாவின் வசைகளையும் மீறி நடந்துகொண்டிருந்தது.

ஜோஸ் மாமாவுக்கு முன் வழுக்கை. ஆனால் அந்த உருண்டை முகத்துக்கு முடி இல்லாமலிருப்பதுதான் அழகு. நட்பார்ந்த சிரிப்பு அவரது சிறப்பு குணம். எடுத்தவுடன் 'மக்களே' என்கிற வாஞ்சை சட்டென நெருக்கமாக்கிவிடும். வளர்பருவத்தில் ஆண் குழந்தைக்கு அப்பாவின் அருகாமை எவ்வளவு முக்கியமானது என்பது குருவுக்கு ஜோஸ் மாமாதான் உணர்த்தினார். சிறு பையன்களுக்கு எப்போதும் இருக்கும் ஹீரோ கதாபாத்திரமாக அப்பாவுக்குப் பதில் குருவுக்கு ஜோஸ் மாமாதான் தெரிந்தார். மழலையில் அவனைத் தூக்கிக்கொண்டு திரிந்த காலத்திலிருந்தே அவருடைய உடல் சூடு இவனுக்குப் பரிச்சயமானது. அப்பா இவன் பிறந்ததிலிருந்து திருநெல்வேலி மதுரை ராமநாதபுரம் என மாற்றலாகி இவனிடமிருந்து உள்ளும் புறமும் வெகுதூரம் விலகிப் போய்க்கொண்டே இருந்தார். அப்பா லீவுக்கு வரும்போதெல்லாம் சண்டைகளிலிருந்து தப்பிக்க மீண்டும் ஜோஸ் மாமாதான் அடைக்கலம். அப்பாவை அப்பா என்று நினைவு தெரிந்து அழைத்தது ஒரு பத்துப்

பதினைந்து முறை இருக்கும். அப்பாவோடு ஏதோவொரு பிரிக்கமுடியாத அன்னியம் முதலிலிருந்தே ஒட்டிக்கொண்டது. குருவை ஒருமுறை கூட மக்ளே என்றோ மோனே என்றோ அவரும் அழைத்தது கிடையாது. மரம் ஏறுவதற்கும், நீச்சல், சைக்கிள் பழகுவதற்கும் கைப்பிடித்தது ஜோஸ் மாமாதான். மொத்தத்தில் அப்பா என்கிற வெற்றிடத்தைத் தேவைப்படும் நேரத்திலெல்லாம் முழுதும் நிரப்பியது மாமாதான்.

குருவுக்கு ஐந்து வயதில் அரசல் புரசலாக இந்தச் சண்டைகள் எல்லாம் புரிய ஆரம்பித்தது. கெட்டவார்த்தைகளின் அர்த்தங்கள் பிடிபடத் தொடங்கியது. ஊரும் உறவும் மனிதர்களின் அல்ப புத்திகளும் மெல்ல அவனுக்கு உலகை அறிமுகப்படுத்தியது.

எப்படியெல்லாமோ பள்ளி, கல்லூரி வேலையெல்லாம் அடுத்தடுத்து வரிசையாய்ப் பல நெருக்கடிகளுக்கும் சண்டைகளுக்கும் மத்தியில் நடந்து முடிந்திருந்தது. இடையில் அப்பாவின் மரணம். தங்கையின் திருமணம். ஐந்து வருடமாய்த் தொடரும் காதல், குருவுக்கு ஒட்டுமொத்தமாய் ஒரு முழு வாழ்கை வாழ்ந்த திருப்தி. ஜோஸ் மாமாவின் மனைவியும் மகன்களும் அடிக்கடி வந்துபோயிருந்தனர். இளையவன் ஸ்டீபன், குருவின் வயது. அவனோடு கல்லூரியில் வேறு செக்சனில் படித்தான். அப்பா இறந்தபிறகு மாமாவைப் பார்க்கவே முடியவில்லை.

அம்மா, அப்பாவின் செட்டில்மெண்ட் பணம் வந்ததும் குருவுக்கென மாடியில் தனியே கூடுதலாக ஒரு அறையைக் கட்ட முடிவெடுத்தாள். ஜோஸ் மாமாதான் கட்டட மேற்பார்வை. லீவுக்கு வரும்போது ஒருமுறை பார்த்தான். மக்ளே என்றார். அதே வாஞ்சை. தூக்கி வளர்த்த குழந்தைகள் பெரியவர்களாகி நிற்பதைக் கண்டதும் ஏற்படும் ஆச்சரியமும் பெருமையும் அவர் முகத்தில் அப்பட்டமாய்த் தெரிந்தது. மாடியில் முன்னே ஒரு முற்றத்தோடு அறை அழகாக முடிந்திருந்தது. பொருள்களை அங்கே மாற்றச் சொல்லிக் கேட்டுக்கொண்டான். அதன்பிறகு லீவுக்கு வரும்போதெல்லாம் அங்கேதான் வாசம். கீழே வீட்டோடும் அம்மாவோடும் ஒருவகையில் முற்றிலும் துண்டித்துக்கொண்டான். காலையில் சூடான டீயோடு

மாடியில் இயற்கையைப் பார்த்தபடி நமக்கே நமக்குச் சொந்தமான இடத்தில் உட்கார்ந்திருப்பதெல்லாம் ஒரு குடுப்பினை. குருவுக்கு அந்த அறை சுவர்க்கம் போலிருந்தது.

அம்மா ரிட்டயர் ஆகியிருந்தாள். தனிமையும் வேலையின்மையும் அவளைத் தொந்தரவு செய்திருக்க வேண்டும். இடையில் ஒருமுறை விடுமுறைக்கு வீட்டுக்கு வந்தபோது குரு வினோதமான ஒன்றைக் கவனித்தான். வெளியே காம்பவுண்ட் சுவர் ஓரத்தில் சில மது பாட்டில்கள்.

அப்பாவின் இழப்பு என்பதைவிட இல்லாமை பெரிதாய் வாழ்க்கையில் எதையும் மாற்றிவிடவில்லை. குருவுக்கு எதிர்காலம் பற்றி யோசிப்பதற்குப் போதிய அவகாசம் இருந்தது. வாழ்க்கை சுமூகமாய்ப் போய்க்கொண்டிருந்த போது மிக இயல்பாய் குருவும் தங்கையும் வீட்டுக்கு வந்திருந்த ஒரு பண்டிகை நாளின் மறுநாள் காலை ஒரு பூ மலர்வதுபோல அம்மா இறந்துபோனாள்.

உறவுகள் நட்புகள் எல்லோரிடமும் தகவல் தெரிவித்தாகிவிட்டது. அம்மா வெறும் விளக்காகிப் போனாள். பாவம் எத்தனையோ மனத்துயரங்களைக் கடந்தவள். வாழ்வின் பெரும்பகுதி வேதனைகளையே சந்தித்தவள். கூடத்தில் இருக்கும் இந்த விளக்கு சுடர் போல அலைக்கழிந்து அலைக்கழிந்து கடைசியில் அணைந்தும் போனாள்.

எல்லாம் முடிந்த மாலையில் குரு வீட்டுக்கு வெளியே மொட்டையடித்த தலையோடு சேரில் தளர்வாய் அமர்ந்திருந்தான். திடீரென மொட்டைத் தலையைத் தடவியதும் ஜோஸ் மாமா ஞாபகம் மேலெழுந்து வந்தது. ஐந்து வயதில் மொட்டையடித்தபோது இனிமேல் முடி வளரவே வளராது என நம்பி அழுது புரண்டபோது ஆறுதல் சொன்னது மாமா. அவருக்குத் தகவல் சொல்லாமல் விடுபட்டுப் போனது. அவசரம் அவசரமாய் ஃபோனை நோண்டி ஸ்டீபனின் நம்பருக்கு அழைத்தான். நம்பர் சேவையில் இல்லை. ஏதோ நினைத்தவனாய் நண்பன் அபிஷேக்கைத் தேடினான். நெடுநேரம் கழித்த வந்தவனிடம்,

“எங்கலே போன” குரு கொஞ்சம் கோபமாய்க் கேட்டான்.

"சுடுகாட்டுக்குப் பெயிட்டு வரேன்." குரு புருவம் உயர்த்தினான்.

"ஆருன்னு தெரியல. ஒரு ஆளு அம்மையப் பாக்கணும்னு சென்னாரு. நான் எல்லாம் முடிஞ்சுன்னு சென்னேன். எரிச்ச எடத்துக்குக் கூட்டிண்டுப் போவச் சென்னாரு. எனக்குத் தட்ட முடியேல. அங்க போனதும் மடிலேண்டு ஒரு குப்பிய எடுத்தாரு. ஒரு குவாட்டரு. குவாட்டர்ல கொஞ்சம் குடிச்சிண்டு பாட்டில்ல மிச்சம் இருந்ததைக் குழி மேல வுட்டிண்டுக் கண்கலங்கிட்டே பெயிட்டாரு."

"ஆளு எப்படி இருந்தாரு?"

"கொஞ்சம் கசண்டி, நல்ல ஊத்தி, உருண்டை மொகம், கொஞ்சம் மாநிறம்."

கூடத்தில் குத்துவிளக்கு ஒருமுறை சிலிர்த்து மறுபடி எரியத் தொடங்கியது.

நவம்பர்-2023

ராதா-ராஜா

"கடைசி வரைக்கும் காதுமட்டும் கேக்காமப் போயிரப்படாதுடா சாரங்கா." ராதா பாட்டிக்குக் கடந்த மாசியில் எண்பத்தைந்து வயது கடந்திருந்தது.

"சாரங்கா! நேக்கு நாளன்னிக்கு பேங்குக்குப் போணம். அந்த உன் பிரெண்டு இருக்கானே கணேஷன் அவன் ஆட்டோக்குச் சொல்லிட்றியா."

நானும் ராதா பாட்டியும் அறிமுகம் ஆகி நட்பானது ஒரு கடைத்தெருவில். அதுவொரு ஐந்து வருடம் இருக்கும். நிற்பதுவே நடப்பதுவே பாரதி படப்பாடல் கடையில் ஒலித்துக்கொண்டிருந்தது. வெறும் காட்சிப் பிழைதானோ வரிக்கு என்னையறியாமல் ஆஹா என்றேன். கையில் பையோடு அவள் அப்போது என்னைப் பார்த்து முகம் முழுக்கச் சிரித்தாள். அதே கடையில் பின்னொரு நாள், புலிவேட்டைக்கு வந்தவன் குயில் வேட்டைதான் ஆடினேன்... எஸ்பிபி முடித்து ஜானகி அம்மா இந்த வனம் எங்கிலும் ஒரு வரம்... என ஆரம்பிக்கும் இடத்தில் கண்களைமூடி லயித்துத் தலையாட்டிக் கொண்டே கடைத்தூணில் முட்டத் தெரிந்தேன். ராதா பாட்டி என்னைச் சட்டெனப் பிடித்துக்கொண்டாள். மொத்தக் கிராமமும் யூஎஸ், கனடா, யூரோப்பிலும் பெருநகரங்களிலும் புலம்பெயர்ந்திருக்க நான் ஈஎஸ்ஈ பரிக்சை தயாரிப்பின் அமைதி வேண்டி ஊருக்கு வந்திருந்தேன்.

“எந்தத் தெருடா அம்பி” என்றபடியே ராதா பாட்டி என்னோடு நடந்தாள்.

கிராமப் பகல்களின் தனிமை கொடூரமானது. நான் அதை இங்கு வந்த இரண்டே நாள்களில் மெதுவாய் உணரத் தொடங்கியிருந்தேன். நகரம் என்னவாகயிருந்தாலும் ஒரு அசைவைக் கொண்டிருக்கும். இங்கு பகல் மனநிலை ஏதோ தொண்ணூறு கடந்து சாவுக்குக் காத்திருக்கும் தொண்டுக் கிழமாக நம்மை நினைக்க வைத்து விடுகிறது. சில நாள்களில் இந்தச் சகிக்க முடியாத அமைதி எழும்போதெல்லாம் ராதா பாட்டிக்கு அழைப்பேன். அவள் வழக்கம்போல உற்சாகமாக ஏதேனும் சினிமாப் பாட்டைப் பற்றிப் பேசுவாள். பாட்டைப் பாடிக்காட்டுவாள். எனக்கு அவள் வயதும் நீள்தனிமையும் உறுத்தலாய் இருப்பவை. நான் சகஜமாக முயன்று அவளைத் தனியேவிட்டு வரும்போதெல்லாம் குற்ற உணர்வுக்கு உள்ளாகிக் கொண்டேயிருப்பேன்.

எப்போதும் சிறு புன்னகையோடு வலம் வரும் ராதா பாட்டியைப் பார்க்கையிலெல்லாம் குறையொன்றுமில்லை பின்னணியில் ஒலிக்கும். நோய் குறித்து அவளிடம் புகார்களில்லை.

“உடல் ஒரு பருவத்திலிருந்து இன்னொரு பருவத்துக்குப் போகும்போது வர்ற வலியும் வேதனையும் நோய்னு நெனச்சுக்கப்பிடாது. உடல்ல மட்டும் இருந்தா அது தனியாத் தெரியும். அத வேணா நோய்ன்னு சொல்லிக்கலாம். அத ஈசியா குணப்படுத்திடலாம். ஆனா, உடம்பு மனசு உயிரணு எல்லாத்திலேயும் இந்த மாற்றம் தெரியும். அதப் புரிஞ்சுக்கணம். ஜாஸ்தி பேர் இதப் புரிஞ்சுக்காம கண்ட கண்ட மருந்த சாப்ட்டு கெடுத்துக்குறா.”

எப்போதேனும் வயதாவதைப் பற்றி யோசிக்கும்போது அவளிடம் எனக்கும் வயசாயிடுத்து இல்ல பாட்டி என்பேன். அவள் செல்லமாய் முறைத்துக்கொண்டு அப்போ நானெல்லாம் என்ன சொல்றதுடா பொய்ச்சோகத்தோடு கேட்பாள்...

சமாதானப்படுத்துவதாக நினைத்துக்கொண்டு *But age is just a number* பாட்டி அசட்டையாகச் சொல்வேன்.

போடா *There is no such thing as age* என மடக்குவாள்.

மரணத்தைப் பற்றியும் எங்களுக்குள் சர்ச்சைகள் வரும். தத்துவார்த்தமாய்ப் பேசுவாள்.

“ஒரு நீளமான வழுக்குக் கயறுதாண்டா மரணம். நம்மக்கூட அதில ஏறுறவா கூட வர்றாங்கோ சில சமயம் கைவழுக்கிடுது, நமக்கு முன்னே போறவா பின்ன வர்றவா கைய விட்டுர்றத பாக்கிறோம். ஆனா எல்லாரும் எங்கயோ எப்பவோ எப்படியோ பிடிய விட்டுடுறா. மனுஷா ஏறிகிட்டும் வழுக்கிக்கிட்டும்தான் இருப்பா... வழுக்குக் கயிறு காலக் கயிறு காலனுக்க கயிறு” ராதா பாட்டி சிரித்துக்கொள்வாள்.

ராதா பாட்டி கும்பகோணத்துக்காரி. தாத்தாவும் கும்பகோணம்தான். தாத்தா பி. டபிள்யூ. டியில் இஞ்சினியர். கலியாணத்துக்கு முன்னமே தாத்தாவுக்கு மாற்றலாகி இங்கு வந்துவிட்டார். அப்போது இங்கு நீர் மேலாண்மை தொடர்பான சானல்கள், பாலங்கள், பணிகள் மும்முரமாக நடந்துகொண்டிருந்தன. பாட்டிக்கு கும்பகோணத்தை விட்டு வர விருப்பமேயில்லை. ஐயோ என்ன ஊருடா சுத்தி கோயில் சுத்தி குளம், மகாமஹ பூமிடா. ஊரின் ஸ்தல புராணத்தை ஆயிரம் முறை வேண்டுமானாலும் ஒப்பிக்க அவளுக்கு விருப்பம்தான். பிரம்மன் போன யுகத்தைப் பிரளயத்தால அழிச்சிண்டு இந்த யுகத்துக்கான மொத்த உயிர்களோட விதையையும் ஒரு கும்பத்தில போட்டு வச்சுண்டுட்றான். அதுவும் பிரளய வெள்ளத்துல மிதந்து வந்து நம்ம குடந்தையில நிக்குது. அப்புறம் சிவபெருமான் கிராதமூர்த்தி வடிவத்தில கும்பத்து மேல அம்பெய்றார். ஜீவராசிகளெல்லாம் வெளிய வந்து லோகெமெல்லாம் பரவி ஷேமமா வாழ்றா. ஒடஞ்ச கும்பம் இருக்கோன்னோ அது எல்லாம் சின்ன சின்னதா பன்னிரண்டு கோயிலாயிடுது. என்ன ஊரு. என்ன ஊரு. புண்ய ஸ்தலம்டா. பாட்டி கன்னத்திலிட்டுக்கொண்டே பலமுறை சொல்லிச் சொல்லித் தளும்புவாள். கும்பகோணம் பற்றிப் பேசினால் அவளுக்குக் கால இட வர்த்தமான பேதம் எதுவும் தெரியாது.

பாட்டிக்குப் பிள்ளைகள் இல்லை நெருங்கிய உறவுகள் எல்லாம் அங்கங்கே வேலை படிப்பு என உலகின் பல மூலைகளில் சிதறிக் கிடந்தார்கள். ராதா பாட்டி அவளுக்கான அன்றாடங்களில்

திளைத்துக்கொண்டிருந்தாள். 'கும்போணப்' புராணத்தைத் தவிர அவளிடம் தேவையற்ற புலம்பல்களில்லை.

உண்மை, என்னையும் அவளையும் இணைத்தது ராஜாதான்.

"ராகவேந்த்ரால ஆடல் கலையே தெய்வம் தந்ததுன்னு சாருகேசில க்ளாசிக்கா போட்டுட்டு அதே சாருகேசிய முந்தானை முடிச்சில சின்னஞ்சிறு கிளியேன்னு சோகமா வெப்பாரு பாரு ராஜா அந்த வெரைட்டி... அப்பா..."

"தென்றல் வந்து என்னைத்தொடுமும் சொர்க்கமே என்றாலும் ஒரே ராகம் தெரியுமோன்னா?"

"ஆமா பாட்டி ஹம்சநாதம்."

"லவந்திகான்னு ஒரு ராகம் யாரும் அதில பெருசா பாட்டுகள் போடுறதில்லை. ஆத்தாடி பாவாட காத்தாடன்னு ஒரு பாட்டு. அப்படியொரு சொகம். தர்மபத்தினில ஒரு பாட்டு வருமே ஆங் நான் தேடும் செவ்வந்தி பூவிது அதில வெஸ்டன் ம்யூசிக்கும் ஹிந்தோளமும் அப்படி ஒண்ணா மாறிக் குழையும். என்ன மனுஷண்டா?"

ராகத்தை விடு ஒவ்வொரு வரிக்கு நடுல சிலநாழி ஒவ்வொரு வார்த்தைக்கும் நடுவிலயும் ஒரு ப்ளூட் பிட், வயலின் பிட்டு. அப்றம் கோரஸை சொல்ணம். நம்ம கூட பத்து இருபது பேர் சேர்ந்து பாட்டு கேட்டுண்டிருக்கற ஃபீல்.

வெறும் மியூசிக் மட்டுமில்ல. அவர் கொரலும் எனக்கு ரொம்ப இஷடம். பிசைஷ பாத்திரம் பாட்டு ரமண மாலைல கேட்டுண்டு பரதேசில கேக்கறப்போ ஏன் மதுபாலகிருஷ்ணன் இவ்ளோ கஷ்டப்படுறான்னு தோணித்து. ராஜா எந்த ஆர்ப்பாட்டமும் இல்லாம, தாளம் ராகம் எல்லாத்தியும் மறந்துண்டு மனசில இருந்து பாடுறா பாரு அதுதான் உண்மையான சங்கீதம்..

ராதா பாட்டி மற்ற ராஜா ரசிகர்கள் போலப் பிற இசையமைப்பாளர்களைக் கேட்காமல் இருக்கமாட்டாள். எந்த மெலடி யார் போட்டாலும் ரசிப்பாள். ரெஹ்மான் உழவன் பாட்டு கேட்டிருக்கியோன்னா கிளாஸ். அவனோட மாஸ்டர் பீஸ் அன்பென்ற மழையிலே அகிலங்கள் நனையவேதான்.

ரவீந்தர், சொந்தர்யன், பாலபாரதி, ஓவியன் போன்ற நான் கேள்விப்படாத இசையமைப்பளர்களை எனக்குச் சொன்னவள் அவள்தான்.

'நெஞ்சத்தில் வெகு நாள்களாய்க் காதல் ஏக்கம் பூவே' தினம்தோறும்னு ஒரு படத்து பாட்டு. கேட்டுப்பாரு.

"சில பேரு பாட்டு கேட்டுண்டே தூங்குவா. நேக்கு அப்டியில்ல பாட்டு கேட்டவுடனே முழிச்சுண்டுடுவேன். மனசு பாட்டுக்குள்ள போய்டும். அப்புறம் தூக்கமே வராது. அப்டி முழிச்சிண்டே இருந்த நாள்கள் எவ்ளோ இருக்கும் தெரியுமா சாரதி.

சாரதி சாரங்கபாணி சாருகேசி சாருவாகா அவளுக்குத் தோன்றுவது போலெல்லாம் என்னை அழைப்பாள். உணர்ச்சிப்பெருக்கில் சாரு.

நான் சென்னை வந்து ஆறுமாதம் இருக்கும். ஈஎஸ்ஈ எக்சாம் பிரிலிமினரி தேறியிருந்தேன். அடுத்த பரீச்சைக்கான கோச்சிங் செண்டரில் சேர்ந்து ஓய்வொழிச்சலில்லாமல் கடுமையாக படிக்க வேண்டியிருந்தது. அவ்வப்போது டீக்கடைகளில் ஒலிக்கும் இளையராஜாப் பாடல்கள் ராதா பாட்டியின் நினைவைக் கொண்டுவரும். பேச வேண்டும் என்று நினைத்து அதற்கான மனநிலை வாய்க்காத நாள்கள்.

அன்று ஒரு இரண்ய வேளையில் அலைபேசி அடித்தது. எதிர்முனையில் சீனு. நினைத்ததுதான்... ராதா பாட்டி...

நான் இருந்த நெருக்கடிகளில் கலந்துகொள்ள முடியாது. சீனுவிடம் அடுத்தநாள் பாட்டியை எடுக்கும்வரை ஒரு மணிநேரத்துக்கு ஒருமுறை கேட்டுக்கொண்டேயிருந்தேன். திடீரென வாழ்க்கையில் இசையே இல்லாமல் ஆனதுபோல் ஒரு வெற்றிடம். பாட்டியோடு பேசிய பொழுதுகள் ஒவ்வொன்றாய்.

"நான் பாட்டு கேட்டுண்டு இருக்கச்ச நான் தனியாவே இல்ல. என்னைச் சுத்தி யார் யாரெல்லாம் இருப்பான்னு நெனைக்குற. பெர்குஷன்ஸ் தபலா, மிர்தங்கம், ரிதம் பேட், ட்ரம்ஸ் மொத அரவட்டத்தில, அப்புறமா ப்ளூட்டிஸ்டு ரெண்டு பேர், பேஸ் கிடார் ஒரு ரெண்டு, லீடு கிட்டார் ஒண்ணு, அப்புறம் மூணாவது அரவட்டத்தில பத்து வயலினிஸ்டு, ஒரு செல்லோ...

கிழக்கு ஓரமா ஒரு வீணையும்... மேற்கு ஓரமா ஒரு நாகஸ்வரமும். அப்புறம் ஆர்கெஸ்டிரா கண்டக்டர் யாருன்னு நெனக்ற சாட்சாத் ராஜா...” அவள் முகம் பால்போலப் பொங்கிப் பொங்கிப் பூரிக்கும்.

ஒருநாள் பழைய ஃபோட்டோ ஆல்பம் ஒன்றைக் காட்டினாள். கருப்பும் இல்லாமல் பிரவுனும் இல்லாமல் ஒரு பழைய செபியா வண்ணம். ஒவ்வொரு புகைப்படமும் அழகோ அழகு. கம்போசிங், எக்ஸ்போஷர் அத்தனைத் துல்லியம். அந்தக் கால உடைகள், நகைகள், சிகை அலங்காரம், கைக்கடிகாரத்தை ஃபோட்டோவுக்குக் காட்டும் பழக்கம், எல்லாவற்றையும் கவனித்த நான் சில தம்பதிகள் படங்களில் மனைவிகள் கீழே அமர்ந்திருக்க ஆண்கள் நாற்காலியில் அமர்ந்திருக்கும் படங்களைப் பார்த்துவிட்டுப் பாட்டியை ஏறிட்டேன். “வேட்டைக்காரன் தான் வேட்டையாடின மிருகங்களைக் காலடியில வச்சு ஃபோட்டோ எடுப்பானில்ல இதுவும் அதுதாண்டா சாரங்கா” நான் சற்றும் எதிர்பாராமல் ராதா பாட்டியிடமிருந்து சீற்றலோடு வந்தன வார்த்தைகள்.

“சாதனா பண்றவாகிட்ட எனக்கு ஒரு பெரிய அதிசயம் இருக்கும். பொதுவா அதுல ஆம்பிளகள்தான் ஜாஸ்தி. பொம்மனாட்டிகளுக்கு அது ஒருவேள முடியாதுன்னு தோணுது. தாத்தா ஷேமக் குறைவா இருக்கும்போது பாத்துன்னுருக்கேன் அவருக்கு மருந்து மட்டும் போரும். ஆனா எங்க அம்மா என் நாத்தனார் என் ஓரகத்தி எல்லாருக்கும் மருந்து மட்டும் போறாது. ஆறுதலா ரெண்டு வார்த்த இல்லேன்னா ஒரு ஸ்பரிசம். சிவன் சக்தின்னு சொல்றாளே. சிவன் உடம்பாவே இருக்குறதனால ஸ்பர்சம் தேவைபடுறதில்லபோல. சக்திக்கு ஸ்பரிசம் தேவைப்படுது. பொம்மனாட்டிகளுக்கு மட்டுமே ஆனதோ இது.”

“சங்கீதம் மொறையா கத்துக்கல ஆனா தெரியும். சங்கீதம்நா பாவம்தான் வேற ஒண்ணுமில்ல. மத்ததெல்லாம் வித்யாகர்வம். பாரு நேக்கு என்னவெல்லாம் தெரியுதுன்னு கடை பரப்புறது. அதில துளிகூட ஜீவன் இல்லை. அன்னக்கிளிலயிருந்தே ராஜா பாட்டு கேட்டுண்டிருக்கேன். அலுக்கிறதேயில்ல. அப்போல்லாம் ட்ரான்சிஸ்டர்தான் என் சிஸ்டர். பாட்டி சிரித்தாள். சாரதி... ராஜாட்ட இருக்கிறது பாவம். அதுதான்

சங்கீதம். பண்டிதனுக்கும் பாமரனுக்கும் அவர்கிட்ட இடம் இருக்கு. எல்லா உணர்வுக்கும் அவர்கிட்ட பாட்டு இருக்கு. என்னைக் கும்போணத்துக்கு அப்பப்போ தூக்கிண்டு போறது ராஜா பாட்டுதான். எல்லாத்தையும் விட அந்தப் பாட்டு என்னை ஸ்பர்சிக்கும்டா... தோ நெத்தில, தலையில, மார்ல, சிலநேரம் கால்கூட அமுக்கி விடும்டா... அமிர்தாஞ்சனம் மாத்ரி ஒரு தைல வாசனையோட ஸ்பர்சிக்கும்...

கடைசியாய் அவளை விட்டும் பிரியும்போது தனிமை பற்றி மீண்டும் ஒரு உரையாடல் நடந்தது.

“வாழ்க்கையோட மொதல் பாதில சாவுறதப் பத்தி யோசிக்கவே மாட்டோம். எதிர்காலம், கல்யாணம், கொழந்தைங்க, வீடு, ஊர்சுத்துறது இப்படியேதான் இருக்கும். நம்ம கூட நெறைய பேர் இருக்குற மாரி தெரியும். ஆனா ரெண்டாவது பாதில சாவுக்குக் காத்திண்டுருக்கற மாரி ஆயிடுது. இப்போ தனியா இருக்கிற தோணல். சாவுறப்போ தனியாத்தானே போணம். பேசிக்கொண்டேயிருந்த பாட்டியின் குரல் சட்டென உடைந்தது.

“வயசாயிடுத்துன்னா கொசுகூட கடிக்கிறதில்லடா சாரங்கா” ராதா பாட்டி கேவினாள்.

என்னையறியாமல் என் கண்களிலிருந்து கண்ணீர் வழிந்துகொண்டேயிருந்தது. நான் அறையிலிருந்தபடியே மானசீகமாக அவள் கையைப் பற்றிக் கொண்டேன்.

நவம்பர்-2023

கலகம், ஜனவரி-2024

நம்மாட்டி

பப்பாவுக்கும் அம்மைக்கும் நானும் அண்ணனும் ஆக ரெண்டே பிள்ளைகள். அறுபதுகளில் ஒரு வீட்டில் இரண்டு பிள்ளைகள் என்பது அபூர்வம். ஆனால் அம்மைக்கு ஒரு பிடிவாதம். பக்கத்துக் கண்டத்தை வாங்கி அதில் தென்னையும் வாழையும் வைக்க வேண்டும். இப்போதிருக்கும் ஓலை வீட்டை இடித்துவிட்டு நாலுகட்டு வீடு கட்ட வேண்டும். அதற்குப் பணம் வேண்டும். அதற்குப் பெண்மக்கள் இருக்கக்கூடாது. அம்மையின் ஆசைக்கு பப்பாவும் ஒத்துக்கொண்டார். எங்களுக்குப் பிறகு பிள்ளை பெற்றுக்கொள்ளவில்லை. அண்ணனுக்கும் எனக்கும் உள்ள ஒரே வித்தியாசம் மூன்று வயதுகள் மட்டும். மற்றபடி முகம் உயரம் உருவம் எல்லாம் அப்படியே அச்சு அசல். பார்த்தால் இரட்டைப் பிள்ளைகள் என்று நினைப்பார்கள்.

முட்டைக்காடு பள்ளியில் நான் எட்டாம் வகுப்பு வரையும் அண்ணன் ஆறாம் வகுப்பு வரையும் படித்தோம். பத்து வயதிலிருந்தே அண்ணனும் நானும் மண் வெட்டும் வேலைகளுக்குப் பழகியிருந்தோம். அண்ணன் படிப்பை முடித்ததும் அப்போது நல்ல பணம் கொழிக்கும் வாழைத்தோட்ட வேலைகளில் கூலிக்கு ஈடுபட்டான். நான் கரியிலை இட்டு குலை பொதிதல், உறை போடுதல், சந்தைக்குக் குலைகளைக் கொண்டு போகும் வேலைகளைப் பயின்றுகொண்டேன். பாண்டிக்காய்கள் வரத்து

காலத்தில் உதிரும் சள்ளு காய்களை மொத்தமாய் ஏலம் எடுத்து நாங்கள் தனியே லாபம் பார்ப்பதும் உண்டு.

எத்தனை முறை பார்த்தாலும் எவ்வளவு நெருக்கமாய்ப் பழகியிருந்தாலும் அண்ணனையும் என்னையும் வித்தியாசம் கண்டுபிடிக்க யாராலும் முடியாது அம்மையைத் தவிர. பத்து வயதில் மண்வெட்டி பிடித்த கைகள் "நம்மாட்டிதாய்ன் நமக்க செல்வம். அத வச்சு நாம பொதயல் எடுப்பம்பில" அண்ணன் சொல்லிக்கொள்வான். பப்பா இறந்துபோக உழைக்க மடிக்காத பிள்ளைகளைக் கொண்டு அம்மா சிறுக சேமித்துப் பக்கத்துக்குக் கண்டத்தை ஏழே வருடங்களில் வாங்கி விட்டாள். சபதம் நிறைவேற்றியதோடு அண்ணனுக்கும் எனக்கும் சேர்த்து நாலு கட்டு வீடு கட்ட ஏற்பாடு செய்தாள். வீடு வளர்ந்தது. வீடு முடிந்து பால்க்காய்ப்பதற்குள் அண்ணனுக்குக் கல்யாணம் செய்திடக் கையோடு மூத்த மாமியின் வீட்டு மூத்தவள் ரோஸ்லியை நிச்சயமும் செய்துவிட்டாள். ஊர் மெச்ச கல்யாணம் நடந்தது. இரண்டு வருடங்கள். நானும் அண்ணனும் வாய்ப்பு கிடைத்த எல்லா வயல்களையும் பாட்டத்துக்கு எடுத்தோம். முதல் வருடம் அண்ணனுக்குப் பையன் பிறந்தான். அடுத்த வருடம் இளையவள் ராஜத்தை எனக்கு மணம் முடிப்பார்கள். கனவில் மிதந்துகொண்டு திரிந்தேன். எங்கள் 'நம்மாட்டி' பட்ட எல்லா மண்ணும் பொன்னைத் திருப்பித் தந்தது. புதையல்தான் அண்ணன் சொல்வதுபோலப் புதையல்தான். எந்தப் புதையலை எந்தப் பூதம் காத்து வந்ததோ. நானும் அண்ணனும் பாட்டம் எடுத்த வாழைத்தோட்டத்திற்கு அன்று வழக்கம்போல விடியக்காலையிலேயே சென்றுவிட்டிருந்தேன். அண்ணன் கொஞ்சம் தாமதமாக வருவான். கல்யாணம் ஆனவன். நான் ராஜத்தை நினைத்துக்கொண்டே வரப்பு வெட்டிக்கொண்டு வந்தேன். உஸ் உஸ்ஸென்று சத்தம் வந்த திசையில் பார்த்தால் நல்ல கருநாகம். ஏற்கெனவே ஒரு நல்ல சரக்கு தோட்டத்தில் சுற்றிக்கொண்டிருப்பதாக அண்ணன் எச்சரித்திருந்தான். நான் மெதுவாய் அனக்கம் காட்டாமல் அரவம் கேட்ட வாழையின் அருகில் எச்சரிக்கையாய்க் காலை வைத்தேன். சரக்கு வாழை மூட்டில் படம் எடுத்து நின்றிருந்தது. சட்டென நம்மாட்டியை உயர்த்தி ஒரு அடி. பொத்தென்று ஒரு சத்தம் யாரோ பின்பக்கம் விழுந்ததுபோல. அண்ணன்.

வின்செண்ட் வேன்ஹாவைக் கொன்றவனை எனக்கும் தெரியாது 89

எல்லைக்கல்லில் பின்மண்டையடிக்க விழுந்து கிடந்தான். ஒரே ரத்தம். பேச்சு மூச்சில்லை.

பாளையங்கோட்டை மத்தியச் சிறை. அந்தக் காய்ந்த மண்ணும் கருகும் வெயிலும் முதலில் முகத்திலடித்தது. நான் அங்கு கழித்த நாள்கள் எல்லாம் சொல்ல எதுவுமற்ற வெற்று காலங்கள். இளமையில் உறவுகள் யாருமற்று இருப்பதுபோல் பரிதாபம் எதுவுமில்லை. பகலின் வெக்கையும் இரவின் வெம்மையும் என்னை எரித்துக்கொண்டேயிருந்தது. உள்ளுக்குள் தீ எரிந்து காந்தி, அழுகை வற்றி நான் யாரோவாக மாறியிருந்தேன். அக்யூஸ்ட், எப்.ஐ.ஆர், போஸ்ட் மார்டம், ஸ்டேட்மெண்ட், லாயர், ஜே.எம், கன்பஷன், சார்ஜ் ஷீட், ட்ரையல் செக்ஷன் 302 303 இறுதியில் அன் இன்டன்ஷனல் மர்டர் 304A என்று ஏதேதோ சட்ட விதிகள் பெயர்கள். எனக்கு எதுவும் புரியவில்லை. வக்கீல் காட்டிய இடங்களில் கையெழுத்திட்டேன். சொன்னவற்றை அப்படியே ஒப்பித்தேன். “பேடிச்சாதீரும் ஓய் நாலு வரியத்தில வெளிய வந்திருவீரு.” வக்கீல் சந்தோஷமாய்ச் சொல்லிப் போனார். எனக்கு எதுவும் காதில் விழவில்லை. விழுந்தாலும் மண்டைக்குள் ஏறவில்லை.

ஜெயிலில் வேலை செய்ய வார்டன்கள் பங்கீடு செய்கையில் மண்வெட்டியைப் பார்த்து பயந்து உரக்க அலறினேன். ஜெயிலரே சம்பவ இடத்துக்கு ஓடி வந்தார். விஷயம் அறிந்ததும். தச்சு வேலைப் பிரிவுக்கு மாற்றிப் போனார். நான் உளிகளை எப்படிக் கையாண்டேன் எப்படிப் பலகைகளை மரச்சாதனங்களாக மாற்றினேன் எதுவும் நினைவில் இல்லை. கை அனிச்சையாக எதையெதையோ செய்தது, ஓர் இயந்திரமாக. யாரோடும் அதிகம் பேசுவதில்லை. இன்னும் ரெண்டு வருடம்தான் என்றார் வக்கீல் ஒருநாள். நான் நாள்களை எண்ணவில்லை. எனக்குத் தெரிந்தது பகல், இரவு, வெளிச்சம், இருட்டு, எப்போதாவது சக கைதிகள் பாடும் பாட்டு, அவர்களுக்குள் நடக்கும் அடிதடி. என் கைகளைப் பார்த்தாலே யாரும் என்னிடம் வம்புக்கு வருவதில்லை. நம்மாட்டி பிடித்த கை.

ஜெயில் நூலகத்தில் அவ்வப்போது புத்தகங்கள் படித்தேன். சில புத்தகங்கள் குற்ற உணர்வை கூட்டிவிட அதுவும் நின்று போனது. ஆன்மிகத்துக்குள் செல்ல முயன்று தோற்றேன். எல்லா

மத நூல்களிலும் ஏதோ ஒரு கொலை. அதுவும் விவிலியத்தில் அண்ணனைக் கொன்ற தம்பி. என்னால் உறங்க முடியவில்லை. 'நினைப்பதெல்லாம் நடந்துவிட்டால் தெய்வம் ஏதுமில்லை'. பக்கத்து செல்லில் பாடிக்கொண்டிருந்தார்கள். 'நடந்ததையே நினைத்திருந்தால் அமைதி என்றுமில்லை.' நான் தியானம் செய்யக் கற்றேன். ஒருவழியாக உறக்கம் வர ஆரம்பித்தது.

அம்மையின் நினைவு வந்துகொண்டேயிருந்தது அலைகளைப் போல. அண்ணனையும் என்னையும் ஒரு சொட்டு கூட பேதம் பாராட்டாதவள். ஒரு பருக்கைச் சோற்றைக் கூட அவனுக்கோ எனக்கோ கூடுதலாகவோ குறைவாகவோ வைக்கமாட்டாள். பஞ்ச காலத்தில் எங்களைப் பட்டினி கிடந்து கிழங்கும் கீரையும் அவித்துத் தந்து காப்பாற்றியவள். வெளியே களை பறிக்க ஞாறு நட போய் வரும்போதெல்லாம் ரோட்டோரத்தில் கிடக்கும் புளியம்பழமோ மாங்காயோ பொறுக்கி எடுத்து வருவாள். உறவு வீடுகளில் தின்பதற்குக் கிடைக்கும் தின்பண்டங்களைச் சீலையில் மறைத்து எங்களுக்கு எடுத்து வருவாள். 'அண்ணன் மக்ளே. தம்பி மக்ளே' சொல்லிச் சொல்லி வளர்த்தாள். 'உனக்கு அவன் தொணை. அவனுக்கு நீ தொணை. இஞ்ச வேற குடும்பங்களோ போல பத்தும் பதினஞ்சுமா இருக்குவு? நீங்க ரெண்டு பேருதானே பொன்னு மக்கா.' அம்மையின் வாக்குகள் ஓர்மைக்கு வந்து தேம்பினேன். "அம்மோ அண்ணனைக் கொன்னிட்டேண்டியே. எனக்கத் தொணையத் தொலைச்சிட்டேண்டியே. எடியே அம்மா." எப்போது உறங்கினேனோ தெரியாது.

இன்னும் பத்து நாள்களில் விடுதலை ஆகிவிடுவேன் என்று வக்கீல் சொல்லிப் போனார். என்னால் ஒரு இடத்தில உட்கார முடியவில்லை. இங்கிருந்து வெளியே போய் எங்கே செல்ல? என்ன செய்ய? வேலை பரவாயில்லை இப்போது மரவேலையும் தெரியும். கொலைகாரனுக்கு யார் வேலை தருவார்கள்? நான் ஜெயிலுக்கு வரும்போது ரோஸ்லி மைனி கர்ப்பமாக இருந்தாள் என்றறிந்தேன். என்ன குழந்தை பிறந்திருக்கும்? நான் அந்த வீட்டுக்குப் போகலாமா? எப்படி மைனி முகத்தில் விழிப்பது? குழந்தைகள் என்ன சொல்லும்? ஊரில் என்ன பேசிக்கொள்வார்கள்? என்னால் எந்த முடிவுக்கும் வர முடியவில்லை. பத்து நாட்கள் பத்து வருடங்களாய் நகர்ந்தது.

கணக்கு தீர்த்து முடிந்து என் பொருள்களைப் பெற்றுக் கொண்டு வெளியே வந்து காலாற நடந்தேன். ஜங்க்ஷன் பஸ் ஸ்டாண்ட். நாகர்கோயில் பஸ் எதுவும் இல்லை. மதுரை பஸ் நின்றுகொண்டிருந்தது. ஏறி உட்கார்ந்தேன். மதுரை பெரியார் பேருந்து நிலையம். அங்கிருந்து விருதுநகர். சாத்தூர். சிவகாசி. கோவில்பட்டி. திரும்ப மதுரை. திருநெல்வேலி. பைத்தியம் போல சுற்றிக்கொண்டேயிருந்தேன். கால் போன போக்கில் தாமிரபரணி கரையோரம் நடந்தேன். பெயர் தெரியாத ஒரு கிராமம். அங்கே ஆற்றங்கரையில் பகல் முழுதும் கழித்தேன். மதியம் சாப்பாடு நேரம் வயிறு பசித்தது. தாமிரபரணி தண்ணியை நிரப்பிக்கொண்டேன். கொஞ்சம் கண்ணசந்து முழித்ததும் தம்பி என்றொரு அழைப்பு. கிழவர். "தம்பி ஒரு சின்ன ஒதவி. இந்த வாழைக் கண்ணுகள ஒண்ணு நட்டு தருவியாப்போ." என் கண்கள் அந்தத் தோப்புக்குள் போனது. ஒரு மண்வெட்டி. சுற்றிலும் வாழைக்கன்றுகள்.

ஆற்றில் நெடுநேரம் முங்கிக்குளித்தேன். பையை இடுக்கிக்கொண்டு வந்த வழியே திரும்பி நடந்து ஜங்ஷன் பஸ் நிலையத்துக்குள் நுழைந்தேன்.

ஊர் பஸ் நிறுத்தத்தில் இறங்கி நடக்கத் தொடங்கியதும் எல்லாக் கண்களும் என்னைப் பார்ப்பதுபோல் யார் யாரோ என்னிடம் நலம் விசாரிப்பதுபோல் பிரமை. எதிரில் தென்படும் மனிதர்களுக்கெல்லாம் அண்ணனின் சாயல். நான் சிறையில் இருந்த காலங்களில் கண்ணாடி பார்க்காமலிருந்ததற்கான காரணமும் அதுதான். தூரத்தில் வீட்டு முகப்பு தெரிந்தது. நாலுகட்டு வீடு. அண்ணனுக்கும் எனக்குமான வீடு. அம்மையின் உழைப்பு. எங்கள் உழைப்பு.

நான் நடுங்கியபடி வீட்டு நடையில் ஏறினேன். திண்ணையின் கைப்பிடிச் சுவரைத் கைத்தாங்கலாய்ப் பிடித்துவிட்டு நிமிர்ந்தேன். வீட்டு முன் வாசலில் சாய்வாக அண்ணனின் கருப்பு வெள்ளை திருமணப் புகைப்படம். சற்றுத் தள்ளி அம்மாவின் புகைப்படம் மாலையோடு.

ரோஸ்லி மைனி அரவம் கேட்டு வெளியே வந்தாள். ஒரு முழு நிமிடம் என்னை ஏற இறங்கப் பார்த்தாள். "எனக்க ஏசப்பா நான் என்ன செய்வேன். எனக்க அப்போ நான் என்ன செய்ய."

மைனி மயங்கி விழுந்தாள். நான் திண்ணையிலிருந்த பானைத் தண்ணியை அவள் முகத்தில் தெளித்தேன்.

"நான் இஞ்ச சொத்து சுகத்துக்காக வரேல. நேரு செல்லணுமெங்கி எனக்கு வேற போக்கிடம் இல்ல. அறியாமப் பற்றிப் போனது. அதுக்குக் கொறைய அனுபவிச்சாச்சு. மனசுகொண்டு நெனைச்சேல. எல்லாம் போச்சு. ஒரு ஜீவிதம் மொத்தம் போச்சு."

மூச்சு முட்டிக்கொண்டு வந்தது. சற்று பொறுத்துக் கேட்டேன்.

"நான் இஞ்சையே வராந்தாவுல இருந்துகிடட்டா. ஒரு காவல் பட்டி மாரி. நீ ஒரு வாக்கு செல்லாம நான் இந்த நடைக்க அவத்த கேற மாண்டேன். அம்மையாணை சத்தியம்."

மைனிக்கு மேல் மூச்சு கீழ் மூச்சு வாங்கிக்கொண்டிருந்தது. கோபமா அதிர்ச்சியா பயமா என அறிய முடியாத தவிப்பு. அவள் எதுவும் பேசவில்லை. பின்புறக் கொல்லையில் விளையாடி முடித்து வீட்டைச் சுற்றி ஒரு சிறுமி என்னருகே வந்தாள். என்னை மேலும் கீழும் பார்த்தாள். நான் கண்கள் முட்ட அவளையே ஒருவார்த்தை பேசாமல் பார்த்துக்கொண்டிருந்தேன். என் முகத்தையே நெடுநேரம் பார்த்துவிட்டு மெல்ல அருகில் வந்து கையைப் பிடித்தாள்.

"பப்பா இம்புட்டு நாளு எங்க போயிருந்திய?"

நவம்பர்-2023
வாசகசாலை, ஜனவரி - 2024

மீகதைகள்

பசுக்கன்று

வின்சென்ட் வேன்ஹாவைக் கொன்றவனை எனக்கும் தெரியாது

வின்சென்ட் வேன்ஹாவைக் கொன்றவனை எனக்குத் தெரியும்.

ஊவேயாஸில் என் தந்தையைப் பார்த்துத் தங்கி சிகிச்சை எடுக்க வந்திருந்த சிவந்த தலைமுடியோடிருந்த அந்த முற்றிய இளைஞனை முதன்முதலில் பார்த்தபோதே அவனுடைய முடிவு எனக்குத் தெரிந்திருந்தது. அவனுக்குப் பூக்களைப் பிடிக்கும் என்பதையும். ஊவேயாசில் அது அபூர்வமானதுதான் என்றாலும் கூட வெளிநாட்டுச் சுற்றுலாப் பயணி என்றுதான் முதலில் நினைத்தேன். என் தந்தை டாக்டர் காஷே என்னை அவனுக்கு அறிமுகம் செய்து வைத்தார். அவனது டச்சுப் பின்புலம் அவனது ஓவியத் திறன் எல்லாம் அப்பா எனக்குச் சொன்னார். சிகிச்சையின் ஒரு பகுதியாக அவனை விடாமல் தொடர்ந்து வரைய அறிவுறுத்தினார்.

அப்பா சொல்லியும் கேட்காமல் அவன் தங்குவதற்கு ராவூ விடுதியைத் தேர்ந்தெடுத்தான். அது ஒரு எலிப்பொந்து. ஆனால் அவனுக்குப் போதுமானது. அவனுக்கு அது அன்பின் இடமாக இருந்திருக்கக் கூடும். ஊவேயாஸின் அழகை எங்கள் எல்லோரையும் விட அவன் நேசித்தான். அதைவிட அவன் ஊவேயாஸை உணர்ந்தான் என்றே சொல்ல முடியும். அப்பாவிடம் சொன்னபோது சொன்னார். அவன் அதைமட்டுமல்ல எல்லாவற்றையும் உணர்ந்தான்.

உணர்வதாலேயே அசாத்தியங்களுக்குள் விழுந்து கிடக்கிறான். அவன் மீது எனக்கு மதிப்பு உண்டானது.

ஊவேயாஸில் அப்போது மழைக்காலம். அவன் மழையில் நனைந்தபடியும் கித்தானில் எதை எதையோ வரைந்துகொண்டிருப்பான். நான் என் பியானோவை இசைத்துக்கொண்டிருப்பேன். அவன் ஓவியத்தில் மழையைப் பிடித்துவிடுவானா? நான் என் கட்டைகளில் அதை முயன்றுகொண்டிருந்தேன். காட்டில், புல்வெளிகளில், கோதுமை வயல்களில், காகங்கள் மறைந்திருக்கும் புதர்வெளிகளில், களஞ்சியங்களில் ஆற்றங்கரையில், ஊரின் எல்லா இடங்களுக்கும் அவன் கால்களும், தூரிகைகளும் பயணித்தன. முதுகில் ஓவியப்பலகை, கித்தான்கள், வண்ணங்கள், தூரிகைகள், தலையில் ஒரு தொப்பி, பழைய கோட்; தினமும் காலை பத்து மணிக்கெல்லாம் ஒரு வழக்கமாக வெளியே கிளம்பிவிடுவான் என்பார் அப்பா. வரைதலை அவன் மிக ஆத்மார்த்தமான வழக்கமாக்கிக்கொண்டிருந்தான். அவனது ஓவியங்களை எப்போதும் அப்பா வியந்துபோய் பார்ப்பார். பத்தொன்பதாம் நூற்றாண்டின் இறுதிக் காலத்தில் துல்லிய ஓவியங்களின் காலம் முடிந்திருந்தது. இவன் வெறும் பத்தாண்டுகளுக்கு முன்தான் தூரிகையையே கையில் பிடித்திருக்கிறான். கடந்த வருடங்களில் பாரிஸில் பெரும் ஓவியக் கூட்டத்தோடு பழக்கமுமுண்டு. ஓரிரவில் அப்பா நிறங்களை அவன் பயன்படுத்துவதைப் போல் யாரும் பயன்படுத்தியதில்லை என்றார். ‘தனித்துவம்... தனித்துவம்...’ என்றார் மற்றொரு இரவில். அவன் மிக நிச்சயமாக ஒரு ஜீனியஸ் என்றார் ஒரு காலையில். அவன் இளமையிலேயே முறையாக ஓவியம் கற்றவனில்லை. கல்வியின் கறை அவனைத் தீண்டவில்லை. ஆனால் அப்பா சிறுவயதிலிருந்தே ஓவியனாக வேண்டும் என்று கனவு கண்டவர். தாத்தா மருத்துவம் படிக்க அனுப்பிவிட்டார். அவனோடு பலநேரம் ஓவிய விவாதங்களை நடத்திக்கொண்டிருப்பார். அதுவுமில்லாமல் அப்பா அவனுடைய ஓவியங்களைப் பிரதியெடுத்துக்கொண்டிருந்தார்.

அவன் வயல்வெளிகளில் ஓவியத் தாங்கிப் பலகைகளை முதுகில் சுமந்து அலைவதைப் பலநாள்கள் பார்த்திருக்கிறேன். வீட்டு முற்றத்தில் ஒருநாள் நான் டஃபோடில்களை, இலியாக்குகளைச் சீரமைத்துக் கொண்டிருந்தேன். ‘மார்கரெட் உன்னை ஒரு ஓவியம் தீட்டலாமா’ என்றான். அப்பா என்னிடம்

நான் அவனுடைய ஓவியப் பணியைக் கவனச்சிதைவுக்கு உள்ளாக்குகிறேன் என்றதிலிருந்து நான் பெரும்பாலும் அவனுடைய பாதையில் நடப்பதில்லை. வீட்டு நிர்வாகி லூயி செவாலியே தினமும் மதியம் தேவாலயத்துக்குச் செல்லும் வழியில் அவனைச் சிலநாள்கள் பார்த்துத் தன் எரிச்சலை என்னிடம் வந்து கொட்டுவாள். அவளுக்கு அவனை முதலிலிருந்தே காரணமின்றி பிடிக்காது.

பிறகொருநாள் நான் பியானோ வாசிக்கும்போது அதே கேள்வியைக் கேட்டான். 'மார்கரெட் உன்னை ஒரு ஓவியம் தீட்டலாமா?' ஆற்றங்கரைக்குச் சென்ற ஒருநாள் அவனும் அங்கிருந்தான். படகுக்காரனிடம் படகை வாடகைக்கு எடுத்துக் கொண்டு நாங்கள் ஆற்றின் அக்கரைக்குச் சென்றோம். படகு யாத்திரை பலநாள்கள் தொடர்ந்தது. எல்லாவற்றையும் எல்லோரையும் மறந்து பேசிக்கொண்டேயிருப்போம்.

நான் அவனுடைய காதைப் பற்றிக் கேட்டேன். எல்லோரும் அந்த பெவேர்லி கேபிக்கு நான் என் காதை அவள் மேலுள்ள காதலால் அறுத்துக் கொடுத்ததாகச் சொல்வார்கள். ஆனால் நான் எனக்குள் கேட்டுக்கொண்டிருந்த அந்தக் குரலைத்தான் வெட்டி எறிந்தேன் என்றான். அந்தக் குரல் அன்று காகினின் மறுதலிப்பால் உருவானது என முணுமுணுத்தான். உனக்குத் தெரியாது, வாடாத உதிராத மலர்களை நான் வரைந்துகொண்டேயிருக்கிறேன். அவன் கனவுக்குள் ஆழ்ந்து சென்றுகொண்டிருந்தான். நான் ஓவியம் வரைவது எதற்குத் தெரியுமா. கனவுக்குள் இருந்தே பதில் சொன்னான். சிந்திக்காமல் இருப்பதற்கு. ஓவியம் என்பது தியானம். ஒரு கனவிலிருந்து மற்றொன்றுக்குள் சென்றான். ஓவியத்துக்குள் பெய்யும் மழை வண்ணங்களைக் கரைக்காது. ஏற்கெனவே வாடிவிட்ட பூக்கள் இனியும் வாடாது. கிழிந்த காலணிகள் இனிமேலும் நைய்யாது. பிறிதொரு கனவுக்குள் சென்றுகொண்டேயிருந்தான். நட்சத்திரங்களாய் ஆகிவிடுவது என்றென்றைக்குமாய் ஆகிவிடுவது. நதியும் படகும் அவனுக்கும் எனக்குமிடையே சாட்சிகளாய் இருந்தன. இங்கு வருவதற்கு முன் அவனொரு மனநலக் காப்பகத்தில் இருந்ததைப் பற்றிப் பிறகு சொன்னார் அப்பா. எனக்கு முன்னிலும் மதிப்பு கூடியது.

ஊவேயாஸின் அத்தனை வண்ணங்களையும் அவன் கொள்ளையிட்டிருந்தான். அவன் வரைய வரைய எங்கள் ஊர் நிறமிழக்கத் தொடங்கியிருந்தது.

அன்று ஏதோ சரியில்லை. வீட்டின் முன் வயல்வெளியின் காகங்கள் கூட்டமாய்க் கரைந்தன. நானும் செவாலியேவும் வெளியில் வந்து பார்த்தோம். முந்தின நாள் அப்பாவுக்கும் அவனுக்கும் கடும் வாக்குவாதம் நடந்திருந்தது. விவாதத்தில் அவரின் கலையையும் மனநிலையையும் அவன் கேலியாகப் பேசிவிட பதிலுக்கு அவனுடைய சகோதரன் தியோவைக் கலையின் பெயரால் இவன் சுரண்டிக்கொண்டிருப்பதாய்க் கொஞ்சம் அதீதக் கடுமையாய்த் திட்டிவிட்டார். என்னைவிட நீர்தான் மனம் பிறழ்ந்தவர் என்று அவனும் அப்பாவைத் திட்டியதாக லூயி சொன்னாள். அவன் வாழ்வுக்கு முழு உண்மையோடு ஒப்புக்கொடுத்தவன். ஒரு துளியும் அவனில் பாவனை இல்லை. அது அப்படித்தான் பொய்களின் உலகில் உண்மை என்பது பிறழ்வு.

நண்பகலில் அவன் வயிற்றில் துப்பாக்கிக் குண்டடிபட்டு ராவூ விடுதிக்கு நடந்தே வந்ததாக அழைப்பு வந்து அப்பா ஓடினார். நான் லூயியிடம் தகவல்களைக் கேட்டுக்கொண்டிருந்தேன். வயிற்றில் குண்டு பாய்ந்து ரத்தம் வழிய விடுதிக்கு வந்த அவன் முதலுதவியைத் தவிர வேறு சிகிச்சைக்கு ஒப்புக்கொள்ளவில்லை. அப்பா அவனோடு நீண்ட நேரம் கழித்தபின் வீடு திரும்பினார். லூயி கேட்டவற்றிற்குப் பதில் சொன்னார். நான் அதைக் கேட்டுகொண்டேன். நள்ளிரவில் என் பியானோவிலிருந்து தானாகவே இசை எழும்பியது எனக்குக் கேட்டது.

தன்னைத்தானே சுட்டுக்கொண்டதாகச் சொன்னதாக ராவூ விடுதியின் ஜெர்மனியும் அட்லினும் முதிய ராவூவும் சொன்னார்களாம். என் அப்பாவைப் பார்த்ததும் அவன் கொஞ்சம் கலங்கியபடி தியோவை அழைக்கச் சொல்லியிருக்கிறான். வற்புறுத்தியும் மேல் சிகிச்சைக்குச் சம்மதிக்கவில்லை. தியோ வந்தபிறகுதான் அப்பா கிளம்பியிருக்கிறார். யாரும் தன்னைச் சுடவில்லை என்று திரும்பத் திரும்பச் சொல்லியிருக்கிறான். அவனை எப்போதும் கேலி செய்யும் ரெனேவும் நண்பர்களும் அன்று மதியமும் அவனைத் தொந்தரித்ததாக ஊரில் பேசிக்கொண்டார்கள்.

நான் ஆற்றங்கரைக்குச் சென்று வெறுமனே படகுகளைப் பார்த்துவிட்டுத் திரும்பினேன்.

நள்ளிரவில் தியோ செய்தி சொல்லி அனுப்பியிருந்தார். சூரிய காந்திகள் சீக்கிரம் உதிர்ந்துபோயின. பூத்திருந்த பூக்கள் எல்லாம் நிறம் மங்கியிருந்தன. எங்கள் கிராமமே அன்று காலையில் கருப்பு வெள்ளையாய் மாறி இருந்தது. என் படுக்கையறையில் அவன் வரைந்த, நான் பியானோ வசிக்கும் ஓவியம் தொங்கிக் கொண்டிருந்தது. ஊவேயாஸில் கிட்டத்தட்ட நாற்பத்திநான்கு வருடங்கள் காலைப்பொழுதுகள் கருப்பாய் விடிந்தன. எங்கள் நிறங்களை எல்லாம் அவன் கொள்ளையிட்டிருந்தான்.

என்னால் முடிந்ததெல்லாம் அவனுக்குப் பிடித்த பூக்களைத் தினமும் அவனது கல்லறையில் வைப்பதுதான்.

ஆனால்....

வேன்ஹாவைக் கொன்றவனை எனக்குத் தெரியும்.

அவன் மறைந்த மூன்றாவது நாள் ஊவேயாஸ் முழுக்கச் சுற்றி நான் அலைந்தேன். ஏதோ குரல் தூரத்திலிருந்து கேட்டுக்கொண்டிருந்தது, கூடவே என் பியானோ இசையும். நான் ஓரிடத்தில் என்னையறியாமல் நின்றேன். இப்போது அந்தக் குரல் தெளிவாய்க் கேட்டது. அது அவனின் குரல். வேன்ஹாவின் குரல். அவன் என்னிடம் சொன்ன எல்லாம் கோர்வையாய் கோதுமை வயல்வெளி முழுக்கக் கேட்டது....

“நிறங்கள் தன்னளவிலேயே எதையோ வெளிப்படுத்துகின்றன. வண்ணங்கள் மனமும் அறமும் கொண்டவை. நான் மலர்வதற்கு விரும்புகிறேன். நான் வரைந்த சூரியகாந்திகள் என்றென்றைக்கும் வாடுவதில்லை. நான் வரைந்த காலணிகள் இனியும் நையப் போவதில்லை. எல்லோரும் சொல்வதைப்போல நானென் காதுகளை வெட்டவில்லை ஒரு குரலை வெட்டி எடுத்தேன். நான் சிந்திப்பதை நிறுத்துவதற்காகவே வரையப் பழகினேன். மக்களை என் கலையால் நெருங்க விரும்புகிறேன். அவன் ஆழமாக உணர்திருக்கிறான். அவன் மென்மையாக உணர்ந்திருக்கிறான் என்று அவர்கள் என்னைப் பற்றிச் சொல்லவேண்டும் என விரும்புகிறேன்.”

அவனொரு ஜீனியஸ். அவனுடைய ஓவியங்கள் அவனது பகல்களின் தனிமையை, இரவுகளில் அவனுக்குள் நிகழும் சுருள் சுருளான பித்தைச் சொல்லியவை. பூக்களின் நிலையாமையை எதிர்த்து அவன் நடத்திய போராட்டங்கள் அவனது பூவோவியங்கள்.

அவனை யாரோ சுட்டுக் கொன்றார்கள். அவனுக்கு அப்போது முப்பத்தியேழே வயது

வேன்ஹாவைக் கொன்றவனை எனக்குத் தெரியும்.

வேன்ஹாவைக் கொன்றவனை எனக்குத் தெரியும்.

வேன்ஹா சொன்னான்....

நான் ஒளியைப் பிடிப்பவன்

வேன்ஹா சொன்னான்

மஞ்சள் நிறமே! நீ சூரியனின் நிறம்! உயிரின் நிறம்! கடவுளின் நிறம்!

வேன்ஹா சொன்னான்

பூக்கள் மலர்வது அது விழிப்பைக் குறிக்கும்.

வேன்ஹா சொன்னான்

மொத்த ஓவியமுமே உண்மையிலிருந்து மறைத்துக் கொள்ளுதல்தான்.

வேன்ஹாவைக் கொன்றவனை எனக்குத் தெரியும்

நான் அதைச் சொல்லப்போவதில்லை.

வேன்ஹா சொன்னான்

மரணமே எனக்கு நித்தியத்தைத் தரும். நான் அதை அறிவேன்.

வேன்ஹா சொன்னான்...

யாரையும் குற்றம் சாட்டிவிடாதீர்கள்

வேன்ஹாவும் அதையே செய்தான்... நானும் அதையே செய்வேன்.

வேன்ஹாவைக் கொன்றவனை எனக்கும் தெரியாது
வேன்ஹாவைக் கொன்றவனை எனக்கும் தெரியாது
வேன்ஹாவைக் கொன்றவனை எனக்கும் தெரியாது

குறிப்புகள்

வின்சென்ட் வேன்ஹா – VINCENT VAN GOGH என்பதன் டச்சு உச்சரிப்பு

ஊவேயாஸ் – AUVERS என்பதன் பிரெஞ்சு உச்சரிப்பு

காஷே – GACHET என்பதன் பிரெஞ்சு உச்சரிப்பு

ராவூ – RAVOUX என்பதன் பிரெஞ்சு உச்சரிப்பு

காகின்– PAUL GAUGIN – ஓவியர், வேன்ஹாவின் நண்பர்

பெவேர்லி கேபி– BEVERLY அல்லது GABRIEL @ GABY என்கிற பெண்ணுக்குத் தான் வேன்ஹா தன் காதை அறுத்துக் கொடுத்ததாகச் சொல்கிறார்கள்.

செப்டம்பர்-2023
தினவு, ஜனவரி-2024

ஒரு கை ஒரு இறக்கை

எங்கள் சாத்தான்களின் தோட்டத்தினூடே நடந்து கொண்டிருந்தேன். எண் 6 ஐப் போலவே இருந்தது மரங்களின் வரிசை. ஒவ்வொரு ஆறும் ஒரு வண்ணம். நான் எனக்குப் பிடித்த பிங்க் வண்ண மரங்களைப் பார்த்துக்கொண்டே அந்தத் தோட்டத்தின் நடுவிலிருந்த மரத்தைப் பார்த்தேன். வெள்ளை வண்ணத்திலிருந்த அந்த மரம் மிகப்பெரிதாக இருந்தது. அதன் இலைகள் அசைந்துகொண்டிருந்தன. ஆனால் உண்மையில் அவை இலைகள் இல்லை. உற்றுப் பார்த்ததில் அவை குட்டி தேவதைகள் எனக் கண்டேன்.

கடந்த இரண்டு வாரங்களாக வாயின் மொத்தப் பற்களும் உதிர்ந்து விழுவது போலத் தினமும் சரியாக நடுமதிய நேரத்தில் கனவுகள் வந்த வண்ணம் இருந்தன. பற்கள் விழும் பகல்கனவுகள் வரும்போதெல்லாம் அன்றைய இரவுகளில் ஏராளம் மண்டையோடுகளும் எலும்புகளும் அடுக்கிவைக்கப்பட்ட ஒரு கூடத்தில் நான் மட்டும் தனித்து நிற்பதுபோலக் கனவுகள் வரும். அந்தக் கூடத்திற்குக் கதவுகளோ ஜன்னல்களோ இல்லை. ஆனால் கூடம் முழுக்க வெளிச்ச வெள்ளம் நிறைந்திருக்கும். வெளிச்சம் மேலிருந்து இல்லாமல் கீழே தரையின் திசையிலிருந்து வருவதை அறிந்தேன். அந்தக் கூடம் கண்ணுக்கெட்டிய தூரம் வரை எல்லையற்று இருந்தது. எங்கு நோக்கினும் வெண்மை. கீழிலிருந்து வெளிச்சம் வந்த அந்தக் கணத்தின்போதுதான் கவனித்தேன். எலும்புகளும்

மண்டையோடுகளும் பல்வேறு நிறங்களில் இருந்தன. இந்தக் கனவுகள் வந்தபின் தொடர்ச்சியாக அடுத்துவரும் நாள்களில் நிஜத்தில் நான் செல்லும் இடங்களிலெல்லாம் ஒரு வெட்டவெளியும் அதிலொரு கூடமும் வெண் வெளிச்சமும் பலவண்ண மண்டையோடுகளும் எலும்புகளும் அவ்வப்போது தோன்றி மறைந்தன.

என் குல சாத்தானின் கோயிலுக்குச் சென்றேன். அறிவின் அதீத நெடி அடிக்கும் அதன் சுற்றுச்சுவர்களைப் பார்த்துக் கொண்டே நடந்தேன். ஏட்டுச்சுவடிகளும், பழம் நூல்களும், நூற்றாண்டுகள் பழம் ஔடதப் புட்டிகளும் சேமிக்கப்பட்டிருந்த மூலஸ்தானத்திலிருந்து விலகி முக்காலச் சூலம் அமைந்திருக்கும் பீடத்துக்கு அருகில் போனேன். முக்காலத்தையும் உணர்த்தும் சம உயரச் சூலத்தின் முன் நின்று இந்தக் கனவுகளின் அர்த்தத்தை மனமுருகி வேண்டிக் கேட்டேன். எதிர்காலத்தை உணர்த்தும் மூன்றிலொரு சூலக்கை சற்று வளைந்து என் முன் குனிந்து சொன்னது...

“நீ நம் தோட்டத்துக்குள் ஒருமுறை சென்று திரும்பு இந்தக் கனவுகள் தானே உதிர்ந்துபோய்விடும்....”

இறந்த காலத்தை உணர்த்தும் சூலம் குனிந்து சொன்னது,

“ஆண்டுக்கு ஒருமுறையேனும் குலச் சாத்தான்களைக் கண்களுக்குக் காட்டவேண்டும். இது அதனால் ஆனது.”

நிகழ்காலத்துச் சூலம் சொன்னது,

“ஒரு வண்டி உப்பை இன்றே வாங்கிக்கொள்.”

சாத்தான்களின் தோட்டத்துக்கு உப்புப் படகில்தான் செல்ல முடியும். அதுவும் யார் போகவேண்டுமோ அவர்களே படகை சொந்தக் கைகளால் செய்யவேண்டும். தோட்டத்தின் பாதை அத்துணை எளிமையானதல்ல. ஆவியாகாமல் உருகும் பக்குவத்தில் உப்பைக் காய்ச்சி படகின் அடிப்பக்கத்தை முடித்து, இரண்டு நாள்கள் இருட்டில் காயவைத்து, மூன்றாவதுநாள் பக்கவாட்டுப் பகுதிகளை முடிக்கவேண்டும், நாலாவது நாள் அரைமணிநேரம் விட்டு விட்டு குளிர்ந்த நீரும் சுடுநீரும் மாற்றி மாற்றி உள்ளும் புறமும் விடவேண்டும். இரவு முழுக்க இருளில் உலர்ந்த பிறகு ஐந்தாவது நாள் அதிகாலை நீர், காலை நீர்,

மதிய நீர், அந்தி நீர், இரவு நீர் என ஐந்துவேளை நீரில் முக்கி எடுத்தால் உப்புப் படகு பயணத்துக்குத் தயார்.

தோட்டத்தைச் சுற்றியிருக்கும் சாக்கடல் நீரேரியை உப்புப் படகில் மட்டுமே கடக்க முடியும். உப்பை உப்பால் கடப்பது. தோட்ட வாயிலில் காவலுக்கு வைக்கப்பட்டிருக்கும் பேசும் புத்தகங்கள், எம் குலத்தைச் சேர்ந்தவர் அல்லாதவர்களை அனுமதிக்காது. நாங்கள் சிறுவயது முதல் மனப்பாடம் செய்திருக்கும் மூன்று கேள்விகளையும் புதிதாய் நான்காவதாக ஒரு கேள்வியையும் கேட்டுச் சரியான பதிலைச் சொன்னபிறகே வாசல் திறக்கும்படிக்கு அந்நியர்கள், திருடர்கள் உள்ளே நுழைந்துவிடக்கூடாதென இந்த ஏற்பாடு. கடவுச்சொற்களைக் கதவுகள் கேட்டன.

முதல் கேள்வி:

ஆதிச் சுவை எது?

அறிவே ஆதிச்சுவை

இரண்டாம் கேள்வி:

அதிசயமானது எது?

சிற்றுயிரின் பேரறிவு

மூன்றாவதுகேள்வி:

எது கடவுள் எது சாத்தான்?

அறியாமையே கடவுள் அறிவே சாத்தான்.

நாங்கள் சொல்லும் பதில்கள் சரியென்றால் தோட்டத்தின் சுவர்கள் அதைக் கூட்டமாய் எதிரொலித்தன. மூன்று முறையும் சுவர்கள் பதில்களை எதிரொலித்தன.

எப்போதும் எங்கள் குலத்தினர் புதிய கேள்விக்கு பயப்படுவதில்லை எதிர்பார்த்தே இருப்போம். இரு கதவுகளும் ஒரேகுரலில் ஒரே நேரத்தில் கேட்டன.

அருவருப்பானது எது?

அறமற்ற அறிவு.

சுவர்கள் எதிரொலித்தன. கதவுகள் விரியத்திறந்து என்னை அனுமதித்தன. அதன் கைப்பிடிகள் அந்தரத்தில் மிதந்தபடி முன்சென்று என்னை வழிநடத்திச் சென்றன. தோட்டத்தின் நடுவே இருந்த மரத்தை கனவுகளின் மரம் அல்லது வெள்ளை மரம் என எங்கள் குல மூத்தவர்கள் சொல்லித்தந்திருந்தனர். கைப்பிடிகள் மீண்டும் கதவுகளுக்குத் திரும்பின. கனவு மரம் என்னைக் கண்டதும் நான் கண்ட கனவுகளின் அர்த்த சாத்தியங்களை ஒவ்வொன்றாய்ச் சொல்லத் தொடங்கியது.

இழப்போ, பதற்றமோ, விலகலோ, பிரிவோ, பயமோ, பலவீனமோ, அஜீரணமோ, கட்டறுதலோ பற்களின் உதிர்தல் ஆகுமாம். புது வாழ்வும் புது மாற்றமும் அதுவே ஆம். பற்களின் வெளுத்தலும் வெண்மையும் அதிர்ஷ்டமாம்...

நான் வணங்கி விடைபெற்று குட்டி தேவதைகள் ஒவ்வொன்றுக்கும் முகமன் கூறினேன்.

இடதுகை மட்டும் இறக்கையாக இருந்த அவன் ஒரு பக்கமாய்ச் சிறகடித்தபடி என் முன் தோன்றினான்.

“குல சகோதரனே இங்கு தேவதைகளாய் இருப்பவர்கள் எல்லாம் சாத்தானின் தோட்டத்தில் இடம்பெற்றுவிட்டவர்கள் என்பதை நீ அறிவாய். அவர்களில் ஒருவன்தான் நானும். விநோதக் கனவுகள் கண்டு. உப்புப்படகை ஓட்டி இங்கு வந்து சேர்ந்தவர்கள்தான் நாங்களும். கனவின் அர்த்தம் விளம்பியதும் வெள்ளை மரம் ஒரு முழு நாள் தூக்கத்துக்குச் சென்றுவிடும். நாங்கள் அந்த வேளையில் பழைய தேவதைகளின் வழிகாட்டலில் தோட்டத்தைச் சுற்றி வந்தோம். சுழற்சியாய் வடிவம் கொண்டிருக்கும் தோட்டத்தில் ஒவ்வொரு சுற்றலுக்கும் எங்கள் கைகளில் ஒரு இறகு முளைக்கும். முழுதாய் அவை செட்டைகளாக ஒரு மண்டலம் பிடிக்கும். சிறகுகள் முளைத்தபின் கனவு மரத்தின்முன் நிகழ்வதுதான் கடைசிச் சடங்கு. அது முடிந்துவிட்டால் நாங்கள் தேவதைகளாகிவிடலாம். இல்லையென்றால் வெறும் கைகளோடு உப்புப் படகு கரைந்திருக்க, சாக்கடல் செத்திருக்க, மிதந்தோ நீந்தியோ முடிந்தால் வீடு திரும்ப வேண்டியதுதான். வழிகாட்டிய முதிய குட்டி தேவதைகள் வெள்ளை மரம் தூங்கிக்கொண்டிருந்தபோது எங்களுக்கு இவற்றையெல்லாம் சொல்லித் தந்தன.”

நான் அதன் ஒரு கையைப் பார்த்தேன்.

“மரம் கண்விழித்ததும் தலைமை குட்டி தேவதை புனித நீரை ஒரு புட்டியில் மரத்தின் வலக்கிளையில் கொடுக்கும். அந்த நீர், கனவுமரம் முதன்முதலில் உறிஞ்சிய புனித நீர் என்று சொன்னார்கள் வழிகாட்டிகள். மரம் எங்கள் எல்லோர் மீதும் அதைத் தெளிக்கும். தெளித்த அடுத்த நொடியில் எங்களில் தேர்ந்தெடுக்கப்பட்டவர் கைகள் இறக்கைகள் ஆகும். என் முறை வந்ததும் நான் மரத்தின் முன் குனிந்து நின்றேன். நீர் தெளிக்கப்டும் ஒரு வினாடிக்குச் சற்றுக் குறைவான அந்நேரத்தில் என் இடப்பக்கம் இருந்த நீர் தெளித்து இறக்கை முளைக்காத அவனது பக்கம் பரிவாய்த் திரும்பினேன். புனித நீர் என் வலது கையில் மட்டுமே பட்டது. ஒரு கை இறக்கையானது. ஒரு கை கையாகவே இருந்துவிட்டது. நான் கொஞ்சம் சோகமாக அவனைப் பார்த்தேன். கவலைப்பட ஒன்றுமில்லை அவன் என்னைப் பார்த்துச் சிரித்தான். இதுவும் ஒரு வகையில் அதிர்ஷ்டம்தான். என்னால் இப்போது உப்புப்படகில் ஏறி வீட்டுக்கும் செல்லமுடியும் இங்கு தோட்டத்திலும் இயங்க முடியும். என்னவோ உன்னிடம் சொல்லத் தோன்றியது. இன்னுமொரு விஷயம் சொல்கிறேன் தோட்டத்தின் மரங்களெல்லாம் முன்பு செடியாய் இருக்கையில் நிறப்புட்டிகளில் வளர்க்கப்பட்டவை.”

நான் மரம் கண்விழிக்கக் காத்திருந்தேன். எந்த யோசனையும் தோன்றாமல் வெறுமனே காத்திருந்தேன். இமை மூடித் திறக்கும் கணத்தில் ஒருமுறை இறுதியாக அந்த மண்டையோட்டு எலும்பு கனவு மின்னலடித்து மறைந்தது. ஆனால் எல்லா மண்டையோடுகளும் என்னுடைய பற்களோடு சிரித்தபடி இருந்தன.

மரம் விழித்துவிட்ட பரபரப்பு தெரிந்தது. புதிதாய்த் தோட்டம் சுற்றின எல்லோரும் மரத்தின் முன் வரிசைகட்டி நின்றோம். நீர் தெளிப்புச் சடங்கு தொடங்கியது. எனது முறை வந்ததும் மரத்தின் முன் குனிந்தேன். நீர் தெளிக்கும் அந்த ஒரு வினாடிக்கும் குறைவான நேரத்தில் நான் ஒருமுறை சட்டென இடப்பக்கமும், சட்டென ஒருமுறை வலப்பக்கமும் திரும்பினேன்.

நவம்பர்-2023

மொஸார்டைக் கொன்றவனின் வாக்குமூலம்

கடவுளின் கனிவு அந்த இசையில். ஆனால் இந்தக் கடவுள் குரூரமானவன். மேதைகளின் விரல்களை அவன் தந்திருந்தது ஒரு விடலைப் பையனிடம். அசட்டுச் சிரிப்பும் தணியாத உற்சாகமும் அவனோடு எப்போதுமிருக்கும். அவன் கைகளை அசைத்தால், இசையின் திசைகள் பிரவாகமெடுக்கும். குடியன். பெண்பித்தன். ஆனால் குழந்தை மேதை.

நான் அந்தோணி சலீரியோ. வியன்னாவின் ஆஸ்தான அரசவை இசைக்கலைஞன். கடவுளுக்காக என்னை அர்ப்பணித்துக்கொள்ள ஏதேனும் வழிகள் உண்டா எனத் தேடிக் கொண்டிருக்கையில். பயண முடிவில் இசையை அடைந்தேன். தொண்டையில் மீன் முள் விக்கி என்னை வணிகத்துக்குள் தள்ள முயன்ற என் அப்பா இறந்தபோது நான் கடவுளுக்கு நன்றி சொல்லி தினமும் கடவுளுக்காக இசைத்தேன். இசையின் நகரம் வியன்னாவுக்கு வந்தது அரசவையில் இடம்பெற்றது எல்லாம் நன்றாகப் போய்க்கொண்டிருந்தது. அவன் அங்கு வரும் வரையில். தந்தையால் செதுக்கி வளர்க்கப்பட்டவன். இசைக்காகவே உருவாக்கப் பட்டவன். செயற்கையாகச் செய்யப்பட்ட ஒரு களிமண் கலைஞன் என்றுதான் நினைத்திருந்தேன். அவனது முதல் இசைக் கோர்ப்பை அவன் நிகழ்த்துவதை நான் பார்த்துக் கேட்டது வரை.

ஆஸ்திரியாவின் மன்னனுக்கு இசையைப் போதித்தாலும் நான் என் இசையை, என் நினைவை கடவுளுக்கே அர்ப்பணித்தேன். ஒழுக்கத்தோடு வாழ்ந்தேன். பெண்களை ஏறிட்டும் பார்க்கவில்லை. மது அருந்துவதில்லை. நான் இசைப்பது கடவுளுக்காக ஆனால் கடவுளின் கடைக்கண் கருணை என் இசைக்குக் கிட்டவேயில்லை. நான் அசூயை கொண்டேன்.

இசைக்கும்போதுஅவனின் விரல்கள் கடவுளின் காருண்ய மழையாக மாறிவிடும். ஆன்மிகம் அன்பு ஆழம் சிலிர்ப்பு கலந்த தெய்வதம் அது. என்னால் ஒருமுறை ஒரே முறை இப்படி இசைக்க முடிந்தால் போதும். நான் இறந்துபோகவும் தயார். ஆகவே அவனைக் கொல்ல முடிவு செய்தேன்.

மேதமை வறுமையோடுதான் வாழவே முடியும். அவன் அது நெருங்குவது அறியாமல் இசைக்குறிப்புகளை எழுதிக் கொண்டேயிருந்தான். அரச அரங்குகளில் இசைத்துக் கொண்டிருந்த அவனின் இசை சுருக்கப்பட்டது. அனுசரிக்கவே முடியாத நடத்தைகளால் அரசவை வேலையிலிருந்து துரத்தப்பட்டான். அதற்கு நானும் ஒரு காரணம். என் அசூயை வளர்ந்து வளர்ந்து அவனைக் கொன்றுகொண்டேயிருந்தது. அவன் ஓபெராக்களில் பெயர் மட்டுமே சம்பாதிக்க முடியும். மனைவி அரசவை வேலையைத் தக்க வைக்க அவன் அறியாமல் என்னைச் சந்தித்தாள். வேலைக்காக என்னோடு சோரம் போகவும் தயாரானாள். அவளை அவமானப்படுத்தித் துரத்தினேன். என் அசூயை தீரவில்லை.

வெறும் சில நூறு காசுகளுக்காக அவனுக்கான மரண இசைக் குறிப்புகளை அவனைக் கொண்டே எழுத வைத்து அவனை மெல்ல வதைத்தேன். அதை எழுத வைப்பது நான்தான் என்பது அவனுக்குத் தெரியாது. மரணஅஞ்சலிப் பாடல் குறிப்புகளை அவனால் குடிக்காமல் எழுத முடிந்ததில்லை. ஒரு கையால் இறகுப் பேனாவுக்கு மையைத் தொட்டு மறுகையால் மது புட்டியை ஏந்திக்கொண்டே எழுதினான். அதில் ஒப்பாரி இருந்தது. அது கடவுளாக இருந்தது. மது தீர்ந்ததும் கேளிக்கை விடுதிகளுக்குச் சென்று அவர்களை இசைக் குறிப்புகளால் குஷிப்படுத்தினான்.அதிலும் கடவுள்

குடியிருந்தார். மகிழ்ச்சியின் உருவில். அவன் மனைவி அவனை விட்டுப் பிரிந்தாள். என் அசூயை தீரவில்லை.

அவனைக் கொல்ல வேண்டும். எப்படி எனத் தெரியாது. ஆனால் அவன் எழுதிய இரங்கல் இசைக் குறிப்புகளை அவனது இறுதி ஊர்வலத்தில் நான் வாசிக்க வேண்டும். மிகச் சிறந்த இசை அஞ்சலி. அதிலும் கடவுள் இருப்பார் அழுகையாக. மொத்தக் கூட்டமும் அழும். காலத்தில் நிற்கும் அந்த அழுகை. நான் என்றென்றைக்குமாய் நினைக்கப்படுவேன்.

அன்றிரவு அவன் ஓபேராவில் வெறுமனே வாத்தியம் வாசிப்பவனாக பணியிலிருந்தான். அவனால் தாங்க முடியவில்லை. உள்ளுக்குள் அவன் உளுத்துப் போய்க் கிடந்ததை நான் அறிவேன். பாதி ஓபேராவில் மயங்கிவிழுந்தான். என் அசூயை இன்னும் அதிகரித்தது. நான் அவனை அவன் வீட்டுக்கு அள்ளிச் சென்றேன். தளர்ந்து படுக்கையில் கிடந்தான். அவன் எப்போதோ இசை அமைத்ததற்குக் கொடுக்க வேண்டிய காசை கொடுக்க அவனது நண்பன் வந்திருந்தான். நண்பனை உள்ளே விடவில்லை. அந்தக் காசை நான் வாங்கி, இரங்கல் இசைக் குறிப்புகளுக்கான பணம் அது என்றும் நாளைக்கே அதை முடித்துக்கொடுத்தால் இன்னும் பணம் கிடைக்குமென்றும் அவனை நம்பவைத்தேன். அவன் சொல்லச் சொல்ல. நான்தான் குறிப்பெடுத்தேன். உள்ளுணர்வின் தூண்டலால் அவன் மனைவி வந்து சேர்ந்தாள். அவளுக்குத் தெரிந்திருந்தது இந்த மரணக் குறிப்புகள் அவனைக் கொன்றுகொண்டு இருந்ததை. போதும் என்று கத்திக்கொண்டே குறிப்புகளைத் தூர வைத்தாள். அவனை முத்தமிட்டு இனி இதை எழுத வேண்டாமென்று கட்டிக்கொண்டு கெஞ்சினாள். ஒரு நிமிடம். அவன் உடலிலிருந்து உயிர் பிரிந்துவிட்டது.

இந்த உலகையே ஒரு தந்தியின் அசைவில் அழவைக்கும் அவன் காசையே கூலியாகப் பெற்றுக்கொண்டு அவனுடைய மரணத்திற்காக அவனே எழுதிய குறிப்புகள் வெறுமனே ஓர் அலமாரியின் அடுக்கில் வீற்றிருந்தன... மரண இசைக் குறிப்புகளா என் அசூயையா. இசைக் கலைஞர்கள் பலரும் கடவுளின் ஆசீர்வாதம் என்றே தங்கள் கலையைக் கண்டபோது இறைவன் இந்த அரைமூளைக் குழந்தையின் கையில் தன்

மாயக் கரங்களை இடமாற்றியிருந்தான். அவன் தொடும் கட்டைகளிலிருந்தும் விடும் கட்டைகளிலிருந்தும் வழியும் ஒத்திசைவு இசையை அறிந்தவர்க்கும் அறியாதவர்க்கும் பேரின்பம். ஆனால் என் அசூயையோ அதைவிட வலிது.

நான் அதற்குப் பிறகு நிறைய இசைக் குறிப்புகள் எழுதினேன். அரங்குகளில் வாசித்தேன். கோர்த்தேன். நிகழ்த்தினேன். எனக்கு வயதாகிவிட்டது. எனது இசையும் வற்றிவிட்டது. என் இசையை யாரும் கேட்பதேயில்லை. அவனை இப்போதும் கேட்டுக் கொண்டேயிருக்கிறார்கள். உலகம் இருக்கும்வரை, மனிதர்கள் இருக்கும்வரை, செவிகள் இருக்கும்வரை கேட்பார்கள். அது கடவுளின் நேரடி இசை. அப்போது என் இசை இருக்காது என் அசூயையும் இருக்காது.

நவம்பர்-2023

ஆடி

பாட்டி சாகும்வரை அந்த அறைக்குள் என்னை அனுமதித்ததில்லை. இன்று அவள் இறந்த ஒரு வாரத்திலேயே நான் ஒளித்துவைத்திருந்த சாவிக்கொத்தைக் கொண்டு அறைக்குள் நுழைந்திருந்தேன். நுழைந்ததும் உமியின் நெடி, கோணிச் சாக்கின் நெடி இரண்டும் கலந்தடித்தது. அந்த அறை வீட்டுக்கு வெளியே அமைந்திருந்தது. வீட்டின் நீளத்துக்கு நீளவாக்கில் இருபதடி இருக்கும். அறையின் நடுவில் ஒரு மரச்சுவர். இரு பக்கமும் வரிசையாகக் கோணியில் பொதிந்து மிகக் கவனமாக வைக்கப்பட்ட கண்ணாடிகள்.

உயரே சுவரில் கருப்பு வெள்ளைப் புகைப்படங்கள். எல்லாவற்றிலும் தாத்தா பொருள்காட்சிகளில் தனது அரங்கில் கம்பீரமாக இருக்கும் புகைப்படங்கள். நடுவே மரச்சுவரில் சாய்த்து சாக்கால் மூடி வைக்கப்பட்ட கண்ணாடிகள், தாத்தா அமைக்கும் அரங்குகளைப் போலவே சமச்சீராக அடுக்கி வைக்கப்பட்டிருந்தது. அநேகமாக அந்த அறையில் வேறெதுவும் இல்லை. தாத்தா, அப்பா இருவரும் இதை ஒரு காட்சியரங்காகவே தொடர்ந்து பராமரித்து வந்திருக்கிறார்கள். பொருள்காட்சி நடைபெறாத நாள்களில் அவர்கள் இங்கே இருந்து கண்ணாடிகளை மெருகேற்றிக் கொண்டிருந்திருப்பார்கள். சின்னவயதில் அப்பா வைத்திருக்கும் பொருள்காட்சி கண்ணாடி அரங்கில் அப்பா உணவருந்தும் நேரங்களில் சிலநேரம் நுழைவுக் கட்டணம் வாங்கிப்

பார்வையாளர்களை அனுமதித்திருக்கிறேன். அப்போது மக்கள் கூட்டம் பொருள்காட்சிகளில் அலைமோதும். வேறு பொழுதுபோக்குகள் குறைவு. தாத்தா மாட்டுவண்டியில் இந்தக் கண்ணாடிகளைக் கொண்டு ஒவ்வொரு ஊர் ஊராய்ப் போவாராம். அப்பா வாடகை வண்டிகளில் ஏற்றிச் செல்வார். தாத்தா காலத்தில் தொடங்கினதுதான் என்றாலும் பரம்பரை தொழில் போலாகிவிட்டது. வெறும் இரண்டு தலைமுறை தொழில். அதற்குள் வழக்கொழிந்து அதுவே காட்சியகப் பொருளாகிவிட்டது. அப்பாவின் இறுதி நாள்களில் தினமும் இந்த அறைக்குள் காலை பதினோரு மணியிலிருந்து பன்னிரண்டு வரை இருந்துவிட்டு வருவார். எங்களுக்கு அனுமதியில்லை. அப்போது உட்பக்கமாகப் பூட்டிக்கொள்வார். பாட்டியின் காலம் வரை இதே நிலை தொடர்ந்தது. இன்றுதான் அதற்கான வாய்ப்பு அமைந்தது.

நானந்த அறைக்குள் நுழைந்ததும் என்னைத் தவிர அங்கு யாரோ சிலர் இருக்கிறார்கள் என ஒரு முதுகு சில்லிடும் உணர்வு தோன்றியது. கண்ணாடிகளை மூடியிருந்த ஒவ்வொரு சாக்காய்த் திறந்து உதறினேன். படிந்திருந்த தூசி, வெளிச்சப் பட்டைகளில் ஒளிர்ந்து பறந்தது. ஒவ்வொரு கண்ணாடியும் மூன்றடி அகலமும் ஐந்தடி உயரமும் கொண்டவை. ஓரங்களில் பெரிய தேக்கு மரச்சட்டம். வடக்குப்பக்கம் நான்கு கண்ணாடிகளும் தெற்குப் பக்கம் நான்கு கண்ணாடிகளுமாய் மொத்தம் எட்டு கண்ணாடிகள். நான் பொருள்காட்சி அரங்குகளில் பார்த்த அதே சாய்ந்த வரிசை. வரிசை ஆரம்பத்திலும் முடிவிலுமாய் இரு ஓரங்களிலும் கிழக்கு பார்த்தும் மேற்கு பார்த்தும் சாதாரண நிலைக்கண்ணாடிகள். பிறகு இடைவெளியோடு அடுக்கி வைக்கப்பட்ட குழி, குவி, ஆடிகள் அதன்பிறகு உருவங்கள் குட்டை, நெட்டை, குண்டு, ஒல்லி, பெரிய தலை சிறிய உடல், சிறிய தலை பெரிய உடல் ஆகத் தெரியும் ஆடிகள். குழி, குவி, குட்டை, நெட்டை வடக்குப் பக்கம் மீதியுள்ளவை மறுபக்கம். நான் திரைகளை விலக்கிவிட்டு தூசிகளைத் துடைத்துவிட்டு முதலில் வரிசைப்படி கிழக்கு பார்த்த நிலைக்கண்ணாடி முன் வந்து நின்றேன். யாரோ என்னை இயக்குவதுபோல ஒரு முழு நிமிடம் அப்படியே அசையாமல் நின்றேன். கண்ணாடியில் சிறிய அசைவு தென்பட்டது. புகை மண்டியது. கண்ணுக்குள் ஒரு வெண்படலம் தோன்றி

மறைய நிலைக்கண்ணாடியில் மெல்ல ஒரு உருவம் தென்பட ஆரம்பித்தது. நான் போய் கதவுகளை மூடிவிட்டு வந்தேன். இளமைக்கால தாத்தாவின் உருவம் அது. நான் கவனிக்கிறேனா எனக் கவனிக்காமல் அவர் போக்குக்குக் கண்ணாடிகளின் வரலாற்றைப் பேசிக்கொண்டிருந்தார். "ஆதிக்காலத்தில் மனிதன் நீரில் தன் பிரதிபலிப்பைக் கண்டு வியந்து நின்றான். முதலில் அது யாரோ வேறொருவர் என்றுதான் நினைத்தான். மெல்ல உடனிருப்பவரின் பிரதிபலிப்பு தெரிந்ததும் புரிந்துகொண்டான். அவனுக்கு, தான் இப்படி இருக்கிறோம் என ஒரு மனப்படிமம் உருவாகியது. தன்னைப் பிரதி செய்யும், தானென்றால் உருவகித்துக்கொள்ள ஓர் உருவம் இருப்பது அவனுக்குப் பெரும் விநோதத்தைத் தந்தது. நீர்க்கண்ணாடியிலிருந்து பிறகு மெல்ல மெல்ல நிரந்தரமாக உருவம் கலையாமல் இருக்க கல்கண்ணாடியை வந்தடைந்தான். வழுவழுப்பாகத் தேய்க்கப்பட்ட கல். படிப்படியாக வெண்கலக் கண்ணாடி, பாதரசக் கண்ணாடி, வெள்ளி, அலுமினியம் என அவன் உருவப் பயணம் தொடர்ந்தது." தாத்தா தொடர்ந்தார். நான் அவர் உருவம் பேசுவதை அப்போதுதான் கவனித்துக் கேட்க ஆரம்பித்தேன். இப்போது தாத்தா குரலில் வேறொரு பாவம். தொடர்ந்தார் "நான் உருவங்களை வெறும் உருவங்களாகப் பார்க்கவில்லை. அது உள்நிழல். இருட்டான வெளிச்ச நிழல் போல இது உண்மையின் நிழல். ஒருவகையில் நீயே அது. அதில் தெரியும் உருவங்களைச் சுற்றி சில அரூபங்கள் தெரியும். அது தெரியும் நாளில் உன்னால் கண்ணாடியிடம் பொய் சொல்ல முடியாது.

கண்ணாடி ஒரு கடும் உண்மை."

உருவம் மறைந்துவிட்டது.

அடுத்து குழி ஆடியின் அருகில் நின்றேன். முந்தைய கண்ணாடி போல இதில் தாத்தாவின் உருவம் தோன்றியது ஆனால் உள்ளொடுங்கி. "கண்ணாடி என்பது ரகசியம்." அவர் பேசத் தொடங்கினார். "ஒரு நிமிடத்துக்கு மேல் கண்ணாடியில் உன் உருவத்தை உன்னால் கண்ணிமைக்காமல் பார்க்க முடியாது. அதன் உண்மை உன்னைத் தாக்கத் தொடங்கும். நீ யார் என்ற கேள்வி பலமாய்த் தொடர்ந்து வரும். ஏன் இந்த தலை, ஏன் இந்த முடி, ஏன் இந்த கண்கள், ஏன் இந்த மூக்கு, ஏன் இந்த

காதுகள், ஏன் இந்த உதடு. அதுவரை நீ நினைக்காத உன் மொத்த உடலின் உறுப்புகளை நீ உற்று கவனிக்க ஆரம்பிப்பாய். அப்படிப் பார்க்கும் தருணம் உன் ஆதி அந்த தோற்றத்துக்குள் விழுவாய். சட்டெனச் சுதாரித்து மீளவில்லையென்றால் உன்னால் அதிலிருந்து எழ முடியாது. அதுதான் நார்சிஸக்கு நேர்ந்தது. கண்ணாடியைச் சாதாரணப் பொருளாய்ப் பார்க்காதே. அதுவொரு மாயவலை.

கண்ணாடி என்பது போதிக்காத தத்துவம்."

உருவம் மறைந்துவிட்டது.

குவி ஆடியில் தாத்தா வெளியொடுங்கி முகத்தைத் தவிர எல்லாம் வீங்கித் தெரிந்தார். "புறத்தோற்றம் மட்டும் கண்ணாடியில் தெரிவதில்லை. கண்ணாடி காட்டுவது உன் அகத்தையும். அந்த வகையில் அது உன் முகம் போன்றது. உடைந்த கண்ணாடிகளில் ஒரு அமானுஷ்யம் இருப்பதை கவனித்திருக்கிறாயா? அதில் உன் உருவம் பிளவுபடுவதைக் கண்டிருக்கிறாயா? அதையே பார்த்துக்கொண்டிருந்தால் பித்து தலைக்கேறிவிடும்." தாத்தாவின் உருவம் ஒரு முறை தலையைச் சிலுப்பிக் கொண்டது. "நல்லெண்ணத்தில் செய்யப்பட்ட கண்ணாடி எளிதில் உடையாது. மனம் ஒருமுகப்படாமல் செய்யப்படும் யாவற்றையும் போலக் கண்ணாடியும் உடையும். அந்தரத்தில் தொங்கிக்கொண்டிருக்கும் தேங்காய்க் குலைகள் சத்தியத்துக்குக் கட்டுப்பட்டே வீழாமல் இருக்கின்றன. உடைந்த கண்ணாடிகள் கைகளில் கீறிவிட்டால் அது செய்யப்பட்ட நேரம் சரியில்லை என உணர். தாக்குவதற்கும் கொலை செய்யவும் ஒரு கண்ணாடி பயன்படுகிறதென்றால் அந்தத் தருணம் மண்ணில் எங்கோ குருதி சிந்திய தருணத்தின் ஒத்திசைவு கண்ணாடிக்குள் நேர்ந்திருக்கிறதென்று அர்த்தம். தன் ஆயுசுக்குள் ரசமெல்லாம் உதிரும்வரை உடைந்து போகாத கண்ணாடிகளைக் கண்டிருக்கிறாயா? அவை சத்தியத்துக்குக் கட்டுப்பட்டவை.

கண்ணாடியே ஒரு சத்தியம்."

தாத்தா முடித்துக்கொண்டார்.

தாத்தாவின் உருவம் குட்டையாய்த் தெரிந்த அடுத்த ஆடியில் தாத்தா ஒரு மந்திரவாதியைப்போல உடையணிந்திருந்தார்.

“கண்ணாடிகள் மாயம் கொண்டவை. பல் முளைக்காத குழந்தைகள் கண்ணாடி பார்த்தால் அவற்றுக்குச் சிங்கப் பல்களும் தெற்றுப் பல்களும் முளைக்கும். படுக்கையறையில் கண்ணாடி வைத்தால் சண்டை வரும். உடைந்த கண்ணாடி தரித்திரம். தவறுதலாகக் கண்ணாடி உடைந்துவிட்டால் சிறு பிசிறுமில்லாமல் சாணத்தால் ஒற்றி எடுத்து கல்லறைத் தோட்டங்களில் புதைக்க வேண்டும். நல்ல நாள்களில் கண்ணாடி உடைந்துவிட்டால் ஏதேனும் இடுகாட்டுக்குச் சென்று ஒரு கல்லறை மேல் உடைந்த பிசிறைத் தொட்டுத்தடவிவிட்டு அங்கேயே புதைத்துவர வேண்டும்.” தாத்தாவின் குரல் இப்போது ஒரு ரகசியமாக ஒலித்தது. “கண்ணாடிகளுக்குள் இருப்பவை உருவங்களல்ல உயிரும் உருவமும் சேர்ந்த கூட்டுருவம். உயிரற்ற ஆவிகளைக் கண்ணாடிகள் பிரதிபலிக்காது.
கண்ணாடி என்பது ஆன்மா.”

நெட்டை ஆடியில் தாத்தா வெண் உடையில் பிரகாசித்தார். தன் வாழ்நாளில் அணியாத எல்லா அணிகளையும் அணிந்து ஒரு அரச தோற்றத்தில் அமர்ந்திருந்தார். புன்னகையோடு ஆரம்பித்தார். “முன்பெல்லாம் உண்மைக்கும் பொய்க்குமான வித்தியாசங்கள் பாரதூரமானவை. உண்மையின் உலகுக்கும் பொய்யின் உலகுக்கும் வித்தியாசங்களைக் காலம் அழித்துக்கொண்டிருக்கிறது. பொய் போலவே தோற்றமளிக்கும் உண்மைகள். உண்மை போலவே தோற்றமளிக்கும் பொய்கள்.” தாத்தா இந்த இடத்தில் லேசாகச் சிரித்துக்கொண்டார். “பொய்கள் திரண்டு ஒரு உண்மையைக் கட்டமைக்கின்றன. அந்த உண்மை உண்மையான உண்மையைவிட உண்மையாயிருக்கிறது. உண்மைகள் பல்வேறு உண்மைகளாக மாறி ஒற்றை உண்மைகளை அழித்துக்கொண்டிருக்கின்றன. ஒரு பொய்யை உண்மையிலிருந்து பிரித்தறிவது இனிமேலும் சாத்தியமில்லை. அதைப் போலவே உண்மையைவிடப் பொய் அழகாய் மாறியிருக்கிறது. பொய்யையும் உண்மையும் பிரித்தறிய ஒரேயொரு சாத்தியமிருக்கிறது” தாத்தா ஒரு சின்ன இடைவெளி விட்டார்.

“கண்ணாடி உண்மைக்கும் பொய்க்கும் இடையேயான கதவு.”

தாத்தாவின் உருவம் நெட்டை ஆடியின் மையத்தில் குவிந்து பிறகு ஒரு சுருளாய் மாறி மறைந்தது.

மேற்குப் பக்க நிலைக் கண்ணாடியில் முன்பு போல ஒரு முழு நிமிடம் நின்றுவிட்டு தெற்குப்பக்க வரிசையின் முதல் ஆடியின் முன் நின்றேன். இத்தனை குண்டாய் அப்பாவின் உருவத்தைப் பார்த்ததும் முதலில் சிரிப்பு வந்தது. அப்பா சின்ன வயதில் என்னை உறங்க வைக்கக் கதைசொல்லும் அதே தொனியில் ஆரம்பித்தார். "அப்போது பூமியில் உயிர்கள் இல்லாதிருந்த காலம். வெறும் மண்ணும் நீரும் மலையும். சூரியன் எரியும். நிலா ஒளிரும். கடல் கொந்தளிக்கும். பூமி பிளக்கும். எந்த உயிரும் இல்லை. ஆகவே அழிவுகள் என எதுவும் இல்லை. எல்லாம் நிகழ்வுகள். ஒருநாள் வானிலிருந்து அந்த விண்கல் பூமியில் மோதியது. பிறழ் லயம் உருவாகியது. பரப்பெங்கும் தூசி. எங்கெங்கினாதபடி ஒரே இருட்டு. சூரியன் மறைந்துபோனது. தூசிப்படலம் அடங்க பல நூறாண்டுகள் ஆயிற்று. சூரியன் மீண்டும் வானில் தோன்றியபோது வெளிச்சமும் வெப்பமும் மீண்டும் பூமியை அடைந்தது. விண்கல் மோதியதில் பூமியின் தாதுக்களோடு விண் தாதுக்களின் இரசாயனக் கலப்புகள் ஒரு அதிசயத்தை பூமியில் தோற்றுவித்தது. அதுவே உயிர்கள். ஓர் அணு உயிர் முதலில் உருவாகி அசைந்தது. பிறகு ஒன்று பலவாகிப் பல்கிப் பெருகி பரவி கலந்து பூமி உயிரினங்களின் வெளியானது. நிலா எல்லாவற்றையும் பார்த்துக்கொண்டிருந்தது. தன் துணையான பூமியில் ஏதோ ஒன்று குறைவதாய் அதற்குத் தோன்றியது. அடுத்த நாள் பூமியின் பல்வேறு இடங்களிலுள்ள மனிதர்கள் உடைந்த நிலாவின் துண்டுகளைப் பொறுக்கிப் பத்திரப்படுத்தி வைத்துக்கொண்டனர். பூமிக்கு அழகு சேர்க்க நிலா தன்னை உடைத்துக் கொண்ட துண்டுகள்தான் கண்ணாடி. கண்ணாடியை வழிபடுபவர்கள் நிலாவை வழிபடுபவர்கள். அழகை வழிபடுபவர்கள். வளர்வதும் தேய்வதுமான இளமையை வழிபடுபவர்கள்.

கண்ணாடி என்பது அழகின் வழிபாட்டு வடிவம்."

அப்பா அமைதியாகிவிட்டார்.

அடுத்தக் கண்ணாடியில் ஒல்லியான அப்பா இப்போது ஒரு தத்துவஞானியின் தோற்றத்தில் முகம் முழுக்கப் பரவியிருந்த தாடியோடு பேசத் தொடங்கினார். "யாரேனும் இருவரோ பலரோ சேர்ந்து கண்ணாடியில் பார்ப்பது அபூர்வமானது. காரணம் கண்ணாடி ஆன்மாவோடு தொடர்புடையது."

தாத்தா சொன்னதை இன்னும் விரிவாக அப்பா சொன்னார். "ஆன்மாவின் உலகத்தில் கண்ணாடிகளுக்கு முக்கிய இடம் உண்டு. ஒருவர் தனியே கண்ணாடி பார்க்கையில் அவரது ஆன்மா உள்ளிருந்து ஆழமாக அவரைப் பார்த்துக்கொண்டிருக்கிறது. இருவர் சேர்ந்து கண்ணாடி பார்க்கையில் இருவர் ஆன்மாவும் ஒன்றுடன் ஒன்று கலந்து ஒன்றாகிறது. மணமான தம்பதிகளைக் கண்ணாடி பார்க்கச் சொல்வது இதற்குத்தான். ஒரு குடும்பத்தின் எல்லா உறுப்பினர்களும் அடிக்கடி சேர்ந்து கண்ணாடி பார்த்தால் அந்த வீட்டின் ஆன்மா ஒன்றாகி அங்கே ஒருமித்த தன்மை நிறைந்திருக்கும்.

கண்ணாடி ஆன்மாவின் பிரதி."

அப்பா வாயை மூடிக்கொண்டார்.

பெரிய தலை சிறிய உடல் அப்பாவுக்குப் பொருத்தமாகவே இருந்தது. அவரது உண்மையான உருவத்துக்குக் கொஞ்சம் நெருக்கமாக உணர்ந்தேன். "மரண வீடுகளில் கண்ணாடிகளை மூடிவைக்கச் சொல்லி வலியுறுத்தும் பழக்கம் உலகில் பல இடங்களில் இருக்கிறது அறிவாயா?" அவர் குரல் ரகசியம் போல் ஒலித்தது. "இறந்தவர்களின் உடலிலிருந்து பிரிந்து வரும் ஓர் உயிர் கண்ணாடிகளைக் கண்டால் அதற்குள் அடைக்கலமாகிவிடும் தெரிவாயா? மூன்று நாள்கள் வரை இறப்பு வீடுகளில் கண்ணாடிகளை மூடி வைத்துவிட வேண்டும். கண்ணாடி ஆன்மாக்களின் உலகத்துக்கும் நமது உலகத்துக்குமான பாலம்."

சிறிய தலை பெரிய உடலாகக் காட்டும் கண்ணாடியில் அப்பா ஒரு கனவானைப் போல உடையணிந்து கால் மேல் கால் போட்டு அமர்ந்திருந்தார். அவர் பேசுகையில் இயல்பில் இல்லாத ஒரு பேராசிரியர் தொனி இருந்தது. "மனிதர்களிடம் கண்ணாடிப் பருவம் என ஒன்று இருப்பதாகத் தத்துவவாதிகள் விவாதித்திருக்கிறார்கள். கண்ணாடிகளுக்கும் பருவம் உண்டு. முதிராத கண்ணாடிகள் சீக்கிரம் உடைந்துவிடும். வயது முதிர்ந்தவை இளமையின் தற்காலிகத்தைச் சதா வலியுறுத்திக் கொண்டேயிருப்பவை. அடர்த்தி கூடியவை வலு கொண்டவை. அதில் விழும் உருவங்கள் அடுக்குப் பரிமாணங்கள் கொண்டவை. ரசம் உதிர உதிர ஒரு கண்ணாடி

மரணத்தை நெருங்குகிறது. ரசத்தை விட ரசத்துக்கு மேல் பூசப்படும் அடுக்கு வண்ணம்தான் கண்ணாடியின் ஆயுளைக் காப்பவை. என் அனுபவத்தில் கண்ணாடிகளைப் போல் ஆசான்களை நான் கண்டதேயில்லை. என் அப்பா உன் தாத்தா எனக்குத் தந்த பெரும் பரிசுகள் இவை. இவற்றோடு பேசுவதைப் போல வாழ்கையை அறிய வேறு நல்ல வழிகள் எனக்குத் தெரியவில்லை. ஒரேயொரு கண்ணாடி ஆயிரம் புத்தகங்களுக்குச் சமம். ஆனால் கவனமாகக் கையாள வேண்டிய ஆசான். கொஞ்சம் அசந்தால் குத்திக் கிழித்துவிடும். உள்ளயும் புறத்தையும். உனக்கு இன்றைக்குக் கண்ணாடிகளிடம் நான் கற்றுக் கொண்ட பாடத்தைச் சொல்லுகிறேன்.

"அளிப்பதைத் திருப்பியளி என்பதுதான் ஆடிகள் சொல்லும் முதல் பாடம்."

அப்பா ஒரு புள்ளியாய்க் கரைந்து போனார். நான் கதவைத் திறந்து அறையிலிருந்து வெளியேறி அறையைப் பூட்டி ஒருமுறை பூட்டைச் சோதித்துவிட்டு அடுத்தநாள் காலை பதினோரு மணிக்கு மீண்டும் அங்கு வரவேண்டும் என நினைத்துக்கொண்டேன்.

நவம்பர்-2023

நீலம், பிப்ரவரி-2024

வாரத்தில் ஏழு நாள்கள் கடற்கரைக்குச் செல்பவன்

உரிப்பொருள்: பிறழ்தலும் பிறழ்தல் நிமித்தமும்

அன்று ஞாயிற்றுக்கிழமை. அந்திநேரம். சில்வர் வெள்ளைநிறச் சட்டையணிந்து பழைய ஹோண்டா பைக்கை ஒரே உதையில் முடுக்கி அவன் கடற்கரைச் சாலையில் விரைந்தான். போகும் வழியில் வழக்கமான மரங்கள், வழக்கமான முகங்கள், வழக்கமான அங்காடிகள், பழக்கமில்லாத சுற்றுலா முகங்கள்.

வலப்புறம் திரும்பி நகரத்திற்கு வெளியே செல்லும் சாலையில் வண்டியைத் திருப்பினான். கடலோரக் காவல்படைச் சாவடியின் பழக்கமாயிருந்த காவலருக்கு வழக்கமான புன்னகை செலுத்திவிட்டு ஓரத்திலிருந்த ஆட்களற்ற புறநகரின் கடற்கரைக்கு வண்டியை வழக்கமான வேகத்தில் செலுத்தினான்.

சாலையிலிருந்து ஐம்பதடி கீழேயிருந்த கடற்கரையில் சீரான உருவமற்ற கருத்த பாறைகள் அலையில் நனைந்தும் நனையாமலும் அசையாமல் நின்றுகொண்டிருந்தன. கடற்கரைமணல் சில இடங்களில் அதன் வழக்கமான மணல் நிறத்தில் சில இடங்களில் கருத்த நிறத்தில் சில இடங்களில் பிங்க் நிறத்தில் சில இடங்களில் பிரவுன் நிறத்தில் அலையின் அலைக்கழித்தலுக்கு ஏற்றவாறு மாறிக்கொண்டேயிருந்தது.

அன்று கடல் பளிச்சென்றிருந்தது. அந்தியின் இருள் மெல்ல இறங்கியது. வண்டியைச் சாலையோரத்தின் வழக்கமான இடத்தில் பக்கவாட்டு நிறுத்தியை விடுவித்து நிறுத்திப் பூட்டினான். கீழே கடற்கரைக்குச் செல்லும் படிக்கட்டுகளில் இறங்குவதற்கு முன் அவன் திரும்பி தூரத்தில் தெரிந்த தேவாலய உச்சியைப் பார்த்தபடியே நெஞ்சில் சிலுவை இட்டுக்கொண்டான். படிக்கட்டுகள் முடிந்ததும் காலணிகளைக் கழற்றி வழக்கமான புதரின் அருகில் ஒளித்து வைத்துவிட்டு மணலில் கால் புதைய நடந்தான். இரண்டாவது பாறைக்கும் மூன்றாவது பாறைக்கும் நடுவே சாலை மேட்டிலிருந்தோ படிக்கட்டுகளிலிருந்தோ பார்க்க முடியாத வழக்கமான இடத்தில் நின்றான். பிறகு உரத்தகுரலில் "ஒரேயொரு காதல்... ஒரேயொரு காதல்" அரற்றியபடி அவன் நெடுநேரம் கடலைப் பார்த்தபடி அழுதுகொண்டேயிருந்தான்.

உரிப்பொருள் : கலைத்தலும் கலைத்தல் நிமித்தமும்

அன்று திங்கள்கிழமை. அந்திநேரம். பச்சைநிறச் சட்டையணிந்து பழைய ஹோண்டா பைக்கை ஒரே உதையில் முடுக்கி அவன் கடற்கரைசாலையில் விரைந்தான். போகும் வழியில் வழக்கமான மரங்கள், வழக்கமான முகங்கள், வழக்கமான அங்காடிகள், பழக்கமில்லாத சுற்றுலா முகங்கள்.

வலப்புறம் திரும்பி நகரத்திற்கு வெளியே செல்லும் சாலையில் வண்டியைத் திருப்பினான். கடலோரக் காவல்படைச் சாவடியின் பழக்கமாயிருந்த காவலருக்கு வழக்கமான புன்னகை செலுத்திவிட்டு ஓரத்திலிருந்த ஆட்களற்ற புறநகரின் கடற்கரைக்கு வண்டியை வழக்கமான வேகத்தில் செலுத்தினான்.

சாலையிலிருந்து ஐம்பதடி கீழேயிருந்த கடற்கரையில் சீரான உருவமற்ற கருத்த பாறைகள் அலையில் நனைந்தும் நனையாமலும் அசையாமல் நின்றுகொண்டிருந்தன. கடற்கரை மணல் சில இடங்களில் அதன் வழக்கமான மணல் நிறத்தில் சில இடங்களில் கருத்த நிறத்தில் சில இடங்களில் பிங்க் நிறத்தில் சில இடங்களில் பிரவுன் நிறத்தில் அலையின் அலைக்கழித்தலுக்கு ஏற்றவாறு மாறிக்கொண்டேயிருந்தது.

அன்று கடல் கொதித்துக்கொண்டிருந்தது. அந்தியின் இருள் மெல்ல இறங்கியது. வண்டியைச் சாலையோரத்தின் வழக்கமான இடத்தில் பக்கவாட்டு நிறுத்தியை விடுவித்து நிறுத்திப் பூட்டினான். கீழே கடற்கரைக்குச் செல்லும் படிக்கட்டுகளில் இறங்குவதற்கு முன் அவன் திரும்பி தூரத்தில் தெரிந்த தேவாலய உச்சியைப் பார்த்தபடியே நெஞ்சில் சிலுவை இட்டுக்கொண்டான். படிக்கட்டுகள் முடிந்ததும் காலணிகளைக் கழற்றி வழக்கமான புதரின் அருகில் ஒளித்து வைத்துவிட்டு மணலில் கால் புதைய நடந்தான். இரண்டாவது பாறைக்கும் மூன்றாவது பாறைக்கும் நடுவே சாலை மேட்டிலிருந்தோ படிக்கட்டுகளிலிருந்தோ பார்க்க முடியாத வழக்கமான இடத்தில் நின்றான். பிறகு உரத்தகுரலில் "ஒரேயொரு பிரிவு... ஒரேயொரு பிரிவு" அரற்றியபடி அவன் நெடுநேரம் கடலைப் பார்த்தபடி அழுதுகொண்டேயிருந்தான்.

உரிப்பொருள் : துவள்தலும் துவள்தல் நிமித்தமும்

அன்று செவ்வாய்க்கிழமை. அந்திநேரம். ரத்தச்சிவப்பு நிறச் சட்டையணிந்து பழைய ஹோண்டா பைக்கை ஒரே உதையில் முடுக்கி அவன் கடற்கரைச்சாலையில் விரைந்தான். போகும் வழியில் வழக்கமான மரங்கள், வழக்கமான முகங்கள், வழக்கமான அங்காடிகள், பழக்கமில்லாத சுற்றுலா முகங்கள்.

வலப்புறம் திரும்பி நகரத்திற்கு வெளியே செல்லும் சாலையில். வண்டியைத் திருப்பினான். கடலோரக் காவல்படைச் சாவடியின் பழக்கமாயிருந்த காவலருக்கு வழக்கமான புன்னகை செலுத்திவிட்டு ஓரத்திலிருந்த ஆட்களற்ற புறநகரின் கடற்கரைக்கு வண்டியை வழக்கமான வேகத்தில் செலுத்தினான்.

சாலையிலிருந்து ஐம்பதடி கீழேயிருந்த கடற்கரையில் சீரான உருவமற்ற கருத்த பாறைகள் அலையில் நனைந்தும் நனையாமலும் அசையாமல் நின்றுகொண்டிருந்தன. கடற்கரை மணல் சில இடங்களில் அதன் வழக்கமான மணல் நிறத்தில் சில இடங்களில் கருத்த நிறத்தில் சில இடங்களில் பிங்க் நிறத்தில் சில இடங்களில் பிரவுன் நிறத்தில் அலையின் அலைக்கழித்தலுக்கு ஏற்றவாறு மாறிக்கொண்டேயிருந்தது.

அன்று கடல் குளிர்ந்திருந்தது. அந்தியின் இருள் மெல்ல இறங்கியது. வண்டியைச் சாலையோரத்தின் வழக்கமான இடத்தில் பக்கவாட்டு நிறுத்தியை விடுவித்து நிறுத்திப் பூட்டினான். கீழே கடற்கரைக்குச் செல்லும் படிக்கட்டுகளில் இறங்குவதற்கு முன் அவன் திரும்பி தூரத்தில் தெரிந்த தேவாலய உச்சியைப் பார்த்தபடியே நெஞ்சில் சிலுவை இட்டுக்கொண்டான். படிக்கட்டுகள் முடிந்ததும் காலணிகளைக் கழற்றி வழக்கமான புதரின் அருகில் ஒளித்துவைத்துவிட்டு மணலில் கால் புதைய நடந்தான். இரண்டாவது பாறைக்கும் மூன்றாவது பாறைக்கும் நடுவே சாலை மேட்டிலிருந்தோ படிக்கட்டுகளிலிருந்தோ பார்க்க முடியாத வழக்கமான இடத்தில் நின்றான். பிறகு உரத்தகுரலில் "ஒரேயொரு நட்பு... ஒரேயொரு நட்பு" அரற்றியபடி அவன் நெடுநேரம் கடலைப் பார்த்தபடி அழுதுகொண்டேயிருந்தான்.

உரிப்பொருள்: வீழ்தலும் வீழ்தல் நிமித்தமும்

அன்று புதன்கிழமை. அந்திநேரம். மஞ்சள்நிறச் சட்டையணிந்து பழைய ஹோண்டா பைக்கை ஒரே உதையில் முடுக்கி அவன் கடற்கரைச்சாலையில் விரைந்தான். போகும் வழியில் வழக்கமான மரங்கள், வழக்கமான முகங்கள், வழக்கமான அங்காடிகள், பழக்கமில்லாத சுற்றுலா முகங்கள்.

வலப்புறம் திரும்பி நகரத்திற்கு வெளியே செல்லும் சாலையில் வண்டியைத் திருப்பினான். கடலோரக் காவல்படைச் சாவடியின் பழக்கமாயிருந்த காவலருக்கு வழக்கமான புன்னகை செலுத்திவிட்டு ஓரத்திலிருந்த ஆட்களற்ற புறநகரின் கடற்கரைக்கு வண்டியை வழக்கமான வேகத்தில் செலுத்தினான்.

சாலையிலிருந்து ஐம்பதடி கீழேயிருந்த கடற்கரையில் சீரான உருவமற்ற கருத்த பாறைகள் அலையில் நனைந்தும் நனையாமலும் அசையாமல் நின்றுகொண்டிருந்தன. கடற்கரை மணல் சில இடங்களில் அதன் வழக்கமான மணல் நிறத்தில் சில இடங்களில் கருத்த நிறத்தில் சில இடங்களில் பிங்க் நிறத்தில் சில இடங்களில் ப்ரௌன் நிறத்தில் அலையின் அலைக்கழித்தலுக்கு ஏற்றவாறு மாறிக் கொண்டேயிருந்தது.

அன்று கடல் ஊளையிட்டுக்கொண்டிருந்தது. அந்தியின் இருள் மெல்ல இறங்கியது. வண்டியைச் சாலையோரத்தின் வழக்கமான இடத்தில் பக்கவாட்டு நிறுத்தியை விடுவித்து நிறுத்திப் பூட்டினான். கீழே கடற்கரைக்குச் செல்லும் படிக்கட்டுகளில் இறங்குவதற்கு முன் அவன் திரும்பி தூரத்தில் தெரிந்த தேவாலய உச்சியைப் பார்த்தபடியே நெஞ்சில் சிலுவை இட்டுக்கொண்டான். படிக்கட்டுகள் முடிந்ததும் காலணிகளைக் கழற்றி வழக்கமான புதரின் அருகில் ஒளித்து வைத்துவிட்டு மணலில் கால் புதைய நடந்தான். இரண்டாவது பாறைக்கும் மூன்றாவது பாறைக்கும் நடுவே சாலை மேட்டிலிருந்தோ படிக்கட்டுகளிலிருந்தோ பார்க்க முடியாத வழக்கமான இடத்தில் நின்றான். பிறகு உரத்தகுரலில் "ஒரேயொரு துரோகம்... ஒரேயொரு துரோகம்" அரற்றியபடி அவன் நெடுநேரம் கடலைப் பார்த்தபடி அழுதுகொண்டேயிருந்தான்.

உரிப்பொருள்: இருள்தலும் இருள்தல் நிமித்தமும்

அன்று வியாழக்கிழமை. அந்திநேரம். நீலநிறச் சட்டையணிந்து பழைய ஹோண்டா பைக்கை ஒரே உதையில் முடுக்கி அவன் கடற்கரைச்சாலையில் விரைந்தான். போகும் வழியில் வழக்கமான மரங்கள், வழக்கமான முகங்கள், வழக்கமான அங்காடிகள், பழக்கமில்லாத சுற்றுலா முகங்கள்.

வலப்புறம் திரும்பி நகரத்திற்கு வெளியே செல்லும் சாலையில். வண்டியைத் திருப்பினான். கடலோரக் காவல்படைச் சாவடியின் பழக்கமாயிருந்த காவலருக்கு வழக்கமான புன்னகை செலுத்திவிட்டு ஓரத்திலிருந்த ஆட்களற்ற புறநகரின் கடற்கரைக்கு வண்டியை வழக்கமான வேகத்தில் செலுத்தினான்.

சாலையிலிருந்து ஐம்பதடி கீழேயிருந்த கடற்கரையில் சீரான உருவமற்ற கருத்த பாறைகள் அலையில் நனைந்தும் நனையாமலும் அசையாமல் நின்றுகொண்டிருந்தன. கடற்கரை மணல் சில இடங்களில் அதன் வழக்கமான மணல் நிறத்தில் சில இடங்களில் கருத்த நிறத்தில் சில இடங்களில் பிங்க் நிறத்தில் சில இடங்களில் ப்ரௌன் நிறத்தில் அலையின் அலைக்கழித்தலுக்கு ஏற்றவாறு மாறிக்கொண்டேயிருந்தது.

அன்று கடல் பொங்கி ஓய்ந்தது. அந்தியின் இருள் மெல்ல இறங்கியது. வண்டியைச் சாலையோரத்தின் வழக்கமான இடத்தில் பக்கவாட்டு நிறுத்தியை விடுவித்து நிறுத்திப் பூட்டினான். கீழே கடற்கரைக்குச் செல்லும் படிக்கட்டுகளில் இறங்குவதற்கு முன் அவன் திரும்பி தூரத்தில் தெரிந்த தேவாலய உச்சியைப் பார்த்தபடியே நெஞ்சில் சிலுவை இட்டுக்கொண்டான். படிக்கட்டுகள் முடிந்ததும் காலணிகளைக் கழற்றி வழக்கமான புதரின் அருகில் ஒளித்து வைத்துவிட்டு மணலில் கால் புதைய நடந்தான். இரண்டாவது பாறைக்கும் மூன்றாவது பாறைக்கும் நடுவே சாலை மேட்டிலிருந்தோ படிக்கட்டுகளிலிருந்தோ பார்க்க முடியாத வழக்கமான இடத்தில் நின்றான். பிறகு உரத்தகுரலில் “ஒரேயொரு குற்றம்... ஒரேயொரு குற்றம்” அரற்றியபடி அவன் நெடுநேரம் கடலைப் பார்த்தபடி அழுதுகொண்டேயிருந்தான்.

உரிப்பொருள்: நோய்தலும் நோய்தல் நிமித்தமும்

அன்று வெள்ளிக்கிழமை. அந்திநேரம். சாம்பல்நிறச் சட்டையணிந்து பழைய ஹோண்டா பைக்கை ஒரே உதையில் முடுக்கி அவன் கடற்கரைச்சாலையில் விரைந்தான். போகும் வழியில் வழக்கமான மரங்கள், வழக்கமான முகங்கள், வழக்கமான அங்காடிகள், பழக்கமில்லாத சுற்றுலா முகங்கள்.

வலப்புறம் திரும்பி நகரத்திற்கு வெளியே செல்லும் சாலையில் வண்டியைத் திருப்பினான். கடலோரக் காவல்படைச் சாவடியின் பழக்கமாயிருந்த காவலருக்கு வழக்கமான புன்னகை செலுத்திவிட்டு ஓரத்திலிருந்த ஆட்களற்ற புறநகரின் கடற்கரைக்கு வண்டியை வழக்கமான வேகத்தில் செலுத்தினான்.

சாலையிலிருந்து ஐம்பதடி கீழேயிருந்த கடற்கரையில் சீரான உருவமற்ற கருத்த பாறைகள் அலையில் நனைந்தும் நனையாமலும் அசையாமல் நின்றுகொண்டிருந்தன. கடற்கரைமணல் சில இடங்களில் அதன் வழக்கமான மணல் நிறத்தில் சில இடங்களில் கருத்த நிறத்தில் சில இடங்களில் பிங்க் நிறத்தில் சில இடங்களில் ப்ரௌன் நிறத்தில் அலையின் அலைக்கழித்தலுக்கு ஏற்றவாறு மாறிக்கொண்டேயிருந்தது.

அன்று. கடல் நுரைத்துக்கொண்டிருந்தது. அந்தியின் இருள் மெல்ல இறங்கியது. வண்டியைச் சாலையோரத்தின் வழக்கமான இடத்தில் பக்கவாட்டு நிறுத்தியை விடுவித்து நிறுத்திப் பூட்டினான். கீழே கடற்கரைக்குச் செல்லும் படிக்கட்டுகளில் இறங்குவதற்கு முன் அவன் திரும்பி தூரத்தில் தெரிந்த தேவாலய உச்சியைப் பார்த்தபடியே நெஞ்சில் சிலுவை இட்டுக்கொண்டான். படிக்கட்டுகள் முடிந்ததும் காலணிகளைக் கழற்றி வழக்கமான புதரின் அருகில் ஒளித்துவைத்துவிட்டு மணலில் கால் புதைய நடந்தான். இரண்டாவது பாறைக்கும் மூன்றாவது பாறைக்கும் நடுவே சாலை மேட்டிலிருந்தோ படிக்கட்டுகளிலிருந்தோ பார்க்க முடியாத வழக்கமான இடத்தில் நின்றான். பிறகு உரத்த குரலில் "ஒரேயொரு தண்டனை... ஒரேயொரு தண்டனை" அரற்றியபடி அவன் நெடுநேரம் கடலைப் பார்த்தபடி அழுதுகொண்டேயிருந்தான்.

உரிப்பொருள்: சலித்தலும் சலித்தல் நிமித்தமும்

அன்று சனிக்கிழமை. அந்திநேரம். சாம்பல்நிறச் சட்டையணிந்து பழைய ஹோண்டா பைக்கை ஒரே உதையில் முடுக்கி அவன் கடற்கரைச்சாலையில் விரைந்தான். போகும் வழியில் வழக்கமான மரங்கள், வழக்கமான முகங்கள், வழக்கமான அங்காடிகள், பழக்கமில்லாத சுற்றுலா முகங்கள்.

வலப்புறம் திரும்பி நகரத்திற்கு வெளியே செல்லும் சாலையில் வண்டியைத் திருப்பினான். கடலோரக் காவல்படைச் சாவடியின் பழக்கமாயிருந்த காவலருக்கு வழக்கமான புன்னகை செலுத்திவிட்டு ஓரத்திலிருந்த ஆட்களற்ற புறநகரின் கடற்கரைக்கு வண்டியை வழக்கமான வேகத்தில் செலுத்தினான்.

சாலையிலிருந்து ஐம்பதடி கீழேயிருந்த கடற்கரையில் சீரான உருவமற்ற கருத்த பாறைகள் அலையில் நனைந்தும் நனையாமலும் அசையாமல் நின்றுகொண்டிருந்தன. கடற்கரை மணல் சில இடங்களில் அதன் வழக்கமான மணல் நிறத்தில் சில இடங்களில் கருத்த நிறத்தில் சில இடங்களில் பிங்க் நிறத்தில் சில இடங்களில் பிரவுன் நிறத்தில் அலையின் அலைக்கழித்தலுக்கு ஏற்றவாறு மாறிக் கொண்டேயிருந்தது.

அன்று கடலில் மழை பெய்துகொண்டிருந்தது. அந்தியின் இருள் மெல்ல இறங்கியது. வண்டியை சாலையோரத்தின் வழக்கமான இடத்தில் பக்கவாட்டு நிறுத்தியை விடுவித்து நிறுத்திப் பூட்டினான். கீழே கடற்கரைக்குச் செல்லும் படிக்கட்டுகளில் இறங்குவதற்கு முன் அவன் திரும்பி தூரத்தில் தெரிந்த தேவாலய உச்சியைப் பார்த்தபடியே நெஞ்சில் சிலுவை இட்டுக்கொண்டான். படிக்கட்டுகள் முடிந்ததும் காலணிகளைக் கழற்றி வழக்கமான புதரின் அருகில் ஒளித்து வைத்துவிட்டு மணலில் கால் புதைய நடந்தான். இரண்டாவது பாறைக்கும் மூன்றாவது பாறைக்கும் நடுவே சாலை மேட்டிலிருந்தோ படிக்கட்டுகளிலிருந்தோ பார்க்க முடியாத வழக்கமான இடத்தில் நின்றான். பிறகு உரத்தகுரலில் "ஒரேயொரு வாழ்வு... ஒரேயொரு வாழ்வு" அரற்றியபடி அவன் நெடுநேரம் கடலைப் பார்த்தபடி அழுதுகொண்டேயிருந்தான்.

நவம்பர்-2023